INSIGHT PUBLICA

INSIGHT PUBLICA®

Kozhikode, Kerala, India 673011
www.insightpublica.com
e-mail: insightpublica@gmail.com

Kadalinte Rahasyam

(Malayalam Novel)

Cinasha

First Edition: December 2020

ISBN 978-93-90535-19-4
Cover Painting: Cinasha

കടലിന്റെ രഹസ്യം

സിനാഷ

INSIGHT PUBLICA

കടലിന് ഒരു രഹസ്യമുണ്ട്.
അത്ര പെട്ടെന്നൊന്നും ആരുടെയും മുന്നിൽ
വെളിവാകുകയില്ല. ഓർക്കാപ്പുറത്ത് ഒരു കൊച്ചുപെൺകുട്ടി
അവളുടെ നായയുടെ ഒപ്പം അടഞ്ഞുകിടക്കുന്ന
ആ രഹസ്യത്തിനു മുന്നിൽ എത്തിപ്പെട്ടാലോ?

സിനാഷ

2007 ഒക്ടോബർ 29 ന ജനനം. അച്ഛൻ ശ്രീകുമാർ അമ്മ സ്മിത. കാസറഗോഡ് ഗവൺമെന്റ് ഹയർ സെക്കണ്ടറി സ്കൂൾ 8-ാം ക്ലാസ്സ് വിദ്യാർത്ഥിനി. ചിത്രരചന, വായന, എഴുത്ത് എന്നിവയിൽ താൽപര്യം. 6-ാം ക്ലാസിൽ പഠിക്കുമ്പോൾ എഴുതിയ ഇംഗ്ലീഷ് നോവലുകൾ 'ദ മിസ്റ്റീരിയസ് ഫോറസ്റ്റ്', 'സോംഗ് ഓഫ് ദ റിവർ' എന്നിവ 2019, നവംബറിൽ പ്രസിദ്ധീകരിച്ചു. 'കടലിന്റെ രഹസ്യം' എന്ന നോവൽ 7-ാം ക്ലാസ്സിൽ പഠിക്കുമ്പോൾ എഴുതിയതാണ്.

വിലാസം: സിനാഷ, D/O ശ്രീകുമാർ എ, മായിപ്പാടി (പോസ്റ്റ്)
കാസറഗോഡ്, കേരളം, പിൻ: 671124
ഫോൺ: 9497842169,
email : sreekumar2515@gmail.com

1
അമീഗോയുടെ മാലാഖ

തിരകൾ വീണ്ടും വീണ്ടും വന്ന് തീരത്തെ പുണർന്നു. ലാവെൻഡർ ആ തിരകളിലേക്ക് കണ്ണുയച്ചു. അവൾ തിരമാലകളിൽ ഊയലാടുന്ന മണൽത്തരികളെ കാണാൻ ശ്രമിക്കുകയാണ്. പാറപ്പുറത്തിരിക്കുന്ന അവൾ മടക്കിവെച്ചിരുന്ന കാലുകൾ പാറയിൽ നിന്നും താഴോട്ട് തൂക്കിയിട്ടു. തിരമാലകൾ വന്ന് കാൽപാദങ്ങളെ ചുംബിച്ചു. അവളുടെ കണ്ണുകൾ നിറഞ്ഞൊഴുകി.

അവിടെ അങ്ങനെയിരുന്നപ്പോൾ എന്തുകൊണ്ടോ ഓർമ്മകൾ ലാവെൻഡറിന്റെ മാനസതീരത്തേക്ക് തിരകളെപോലെ ഓടിയെത്തി.

വർഷങ്ങൾക്ക് മുമ്പ്, സ്വീകരണമുറിയുടെ തറയിലിരിക്കുകയാണ് അഞ്ച് വയസ്സുകാരിയായ കുഞ്ഞു ലാവെൻഡർ. ചെവിയൊപ്പമെത്തുന്ന കറുത്ത തലമുടിയിഴകൾക്കിടയിലായി ചില ചുവന്ന മുടിയിഴകൾ കാണാം. മുഖത്ത് വിസ്മയം. മുന്നിൽ നിവർത്തിവെച്ചിരിക്കുന്ന ചെറിയ പുസ്തകത്തിലെ ഓരോ അക്ഷരങ്ങളിലൂടെയും പതുക്കെ പതുക്കെ സഞ്ചരിക്കുന്നതിനനുസരിച്ച് അവളുടെ കണ്ണുകൾ വിടർന്ന് വിടർന്ന് വന്നു.

കുഞ്ഞു ലാവെൻഡർ ഒരു നൂറാമത്തെ പ്രാവശ്യവും സിൻഡറെല്ലയുടെ കഥ താല്പര്യത്തോടെ വായിക്കുകയാണ്. അക്ഷരങ്ങൾ അവളുടെ കുഞ്ഞുമനസ്സിന് പൂർണമായും വഴങ്ങുന്നതേയുള്ളൂ. ഇതിനു മുമ്പ് അമ്മ ഒരുപാട് തവണ അവൾക്കത് വായിച്ചുകൊടുത്തിട്ടുണ്ട്.

അതുകൊണ്ടുതന്നെ അതവൾക്ക് മനഃപാഠമാണ്. എന്നാലും പുസ്തകത്തിലെ മനോഹാരിതയേറിയ വർണചിത്രങ്ങളും നോക്കി, ഓരോരോ അക്ഷരമായി പെറുക്കിപ്പെറുക്കി വായിക്കാൻ അവൾക്ക് ഒത്തിരിയിഷ്ടമാണ്.

കുഞ്ഞുലാവെൻഡർ അങ്ങനെ ഒരിക്കൽക്കൂടി സിൻഡറെല്ലയുടെ കഥ വായിച്ചു. അവൾക്ക് ആ പുസ്തകം അടച്ചുവെക്കാൻ തോന്നിയില്ല.

ലാവെൻഡർ സിൻഡറെല്ലയുടെ ചിത്രത്തിലേക്ക് ഉറ്റുനോക്കിക്കൊണ്ട് കുറേനേരം ഇരുന്നു. സിൻഡറെല്ലയുടെ സ്വർണമുടിച്ചുരുളുകൾ, ഒരു രാജകുമാരിയുടേത് പോലത്തെ നീലയുടുപ്പ്, മുടിയിഴകളിൽ മിന്നിത്തിളങ്ങുന്ന വെൺമുത്തുകൾ, സ്ഫടികം കൊണ്ടുള്ള വെട്ടിത്തിളങ്ങുന്ന പാദുകങ്ങൾ എല്ലാം എത്ര മനോഹരമാണ്! ലാവെൻഡർ ചിന്തിച്ചു.

അപ്പോഴാണ് ഒരു ശബ്ദം കേട്ടത്. ചിരപരിചിതമായ ഒരു ശബ്ദം. ലാവെൻഡറിന്റെ ചെറിയ പട്ടിക്കുഞ്ഞായ അമീഗോ മെല്ലെ നടന്ന് വന്നു. അവന്റെ കുഞ്ഞുചെവികളും കുഞ്ഞുകുഞ്ഞുവാലും ഇളകിക്കൊണ്ടിരുന്നു. ഒരു വയസ്സ് പോലുമായിട്ടില്ലാത്ത ഒരു വെളുത്ത ലാബ്രഡോറാണ് അമീഗോ.

അമീഗോ തന്റെ പതുപതുത്ത കുഞ്ഞുപാദങ്ങൾ നിലത്തമർത്തി, മെല്ലെ മെല്ലെ നടന്ന് വരികയാണ്. അമീഗോ കുറച്ചടുത്തെത്തിയപ്പോൾ ലാവെൻഡർ തന്റെ കുഞ്ഞിക്കൈകൾ നീട്ടി അവനെ എടുത്ത് മടിയിൽ വെച്ചു. അമീഗോ മുഖം കുനിച്ച് പുസ്തകം മണത്തുനോക്കി. ലാവെൻഡറിന് ചിരിപൊട്ടി.

"എന്താ അമീഗോ? നിനക്ക് സിൻഡറെല്ലയുടെ കഥ കേൾക്കണോ? നിനക്ക് ഞാൻ എത്ര തവണ അത് പറഞ്ഞുതന്നിട്ടുണ്ട്?" ലാവെൻഡർ താൻ സിൻഡറെല്ലയുടെ കഥ ചോദിച്ച് ചെല്ലുമ്പോൾ അമ്മ പറയാറുള്ളതിനെ അതേപടി അനുകരിച്ചു.

പെട്ടെന്നാണ് ലാവെൻഡർ ഒരു ചോദ്യമെറിഞ്ഞത്: "അമീഗോ, നിന്റെ തലതൊട്ടമ്മ ആരാണെന്ന് നിനക്കറിയാമോ?" അമീഗോ ചെവികൾ താഴ്ത്തിയിട്ട് ദയനീയമായി മുരണ്ടു. "ഓ, സാരമില്ല, സാരമല്ല. ഞാനില്ലേ നിനക്ക്...." ലാവെൻഡർ അവന്റെ തലയിൽ തലോടി ആശ്വസിപ്പിച്ചു.

അപ്പോഴാണ് ലാവെൻഡറിന്റെ കൊച്ചുതലയിൽ ഒരാശയം ഉദിച്ചത്. അവൾ അമീഗോയെ നോക്കി ഉറക്കെ പറഞ്ഞു: "നമുക്ക് നിന്റെ ഫെയറി ഗോഡ്ഫാദറിനെ കണ്ടുപിടിക്കാം. ഓ, അമീഗോ...

തീർച്ചയായും നിനക്ക് സ്വന്തമായ ഒരു മാലാഖയുണ്ടാവും!"

പട്ടിക്കുട്ടിയെയും കൈയിലെടുത്ത് കുഞ്ഞുലാവെൻഡർ ഉത്സാഹത്തോടെ ചാടിയെഴുന്നേറ്റു.

"അമ്മേ!" ലാവെൻഡർ ഉറക്കെ വിളിച്ചു.

"എന്തോ...." അൽപമകലെയെവിടെ നിന്നോ അമ്മ വിളികേട്ടു.

"അമ്മേ!" ലാവെൻഡർ കുറച്ചുകൂടി ഉച്ചത്തിൽ ആവർത്തിച്ചു.

"എന്താ ലാവെൻഡർ?" അമ്മ എവിടെനിന്നോ ചോദിച്ചു.

"അമ്മ എവിടെയാ ഉള്ളത്?" ലാവെൻഡർ വിളിച്ചുചോദിച്ചു.

"ഞാനിവിടെ പുറകിലുണ്ട്." അമ്മ വിളിച്ചുപറഞ്ഞു.

ലാവെൻഡർ വലിയ ധൃതിയിൽ വീടിന്റെ പിൻവശത്തെ വാതിൽക്കലേക്ക് ചെന്നു. പിൻവശത്തെ മുറ്റത്തുള്ള കൊച്ചുപച്ചക്കറിത്തോട്ടത്തിലൂടെ, കൈകൾ പിറകിൽ കെട്ടി, ചുറ്റിനടക്കുകയാണ് അമ്മ. അവരുടെ നീണ്ട കറുത്ത തലമുടി ഉയർത്തക്കെട്ടിവെച്ചിട്ടുണ്ട്.

"അമ്മേ, ഞാൻ ഒന്ന് പുറത്തുപോയി വരട്ടേ?" ലാവെൻഡർ ചോദിച്ചു.

"ദൂരെയൊന്നും പോവരുത്, ഈ ചുറ്റുവട്ടത്ത് തന്നെ കാണണം" അമ്മ ഇത്ര പറഞ്ഞത് കേട്ടതും ലാവെൻഡർ തലകുലുക്കി സമ്മതിച്ച്, തിരിഞ്ഞോടിക്കഴിഞ്ഞിരുന്നു.

"എന്തിന് വേണ്ടിയാ ഇത്ര ധൃതിയിൽ?" പുറകിൽ നിന്നും അമ്മ വിളിച്ചുചോദിക്കുന്നത് അവൾ കേട്ടു.

"അമീഗോയുടെ മാലാഖയെ കണ്ടുപിടിക്കാൻ" ലാവെൻഡർ ഓട്ടം നിർത്താനോ തിരിഞ്ഞ് നോക്കാനോ തയ്യാറാവാതെ സന്തോഷപൂർവ്വം വിളിച്ചുപറഞ്ഞു.

"അമീഗോയുടെ മാലാഖയോ?" അമ്മയുടെ ആശ്ചര്യം നിറഞ്ഞ സ്വരം കേട്ടു. അതിന് മറുപടി നൽകാതെ ലാവെൻഡർ അമീഗോയുമായി മുൻവാതിലിലിലൂടെ മുറ്റത്തിറങ്ങി. ചെരിപ്പ് ധരിച്ച് അവൾ കല്ലുകൾ പാകിയ നടപ്പാതയലൂടെ നടന്നു.

നടപ്പാതയുടെ ഒരുവശത്ത് നിരനിരയായി മരങ്ങളാണ്. അവയുടെ മഞ്ഞയിലകളിലൊക്കെയും സായാഹ്നസൂര്യന്റെ വിരലടയാളങ്ങൾ കാണാം. പാതയുടെ മറുവശത്ത് രണ്ട് വീടുകളാണ്. ഒന്ന് ലാവെൻഡറിന്റെ പിങ്ക് വീട്. മറ്റേത് റിയയുടെ വെളുത്ത വീട്. ഏഴുവയസ്സുകാരിയാണ് റിയ.

റിയയുടെ വീടിന് മുന്നിലെത്തിയപ്പോൾ ലാവെൻഡർ നിന്നു. അമീഗോയുടെ മാലാഖ റിയയാണെങ്കിലോ? ആയിരിക്കില്ല. റിയ കഴിഞ്ഞയാഴ്ച ലാവെൻഡറിന്റെ ചായപ്പെൻസിൽ ഒടിച്ചുകളഞ്ഞല്ലോ. ഒരു മാലാഖ അങ്ങനെ ചെയ്യുമോ?

ലാവെൻഡർ അൽപംകൂടി മുന്നോട്ട്നടന്നു. അപ്പോഴാണ് ഒരു പട്ടി എതിരെ വരുന്നത് കണ്ടത്. റിയയുടെ വീട്ടിൽ പട്ടിയില്ല. ലാവെൻഡറിന്റെ വീട്ടിലെ പട്ടി അമീഗോയാണ്. പിന്നെ ഇതേത് പട്ടി? തെരുവ് പട്ടിയായിരിക്കും. ഏതായാലും കാണാൻ നല്ല ചന്തമുള്ള പട്ടി. കറുകറുത്ത ഒരു വലിയ പട്ടി.

ഇനി ആ പട്ടിയാണെങ്കിലോ അമീഗോയുടെ മാലാഖ? ലാവെൻഡർ ചിന്തിച്ചു. ഒരു പട്ടിക്ക് മാലാഖയായിക്കൂടെന്നൊന്നുമില്ലല്ലോ.

“പട്ടിക്കുട്ടാ, നീയാണോ എന്റെ അമീഗോയുടെ മാലാഖ?” ലാവെൻഡർ സ്നേഹത്തോടെ ചോദിച്ചു.

“ഹാ! നീയൊരു മാലാഖയാണോ?” ലാവെൻഡർ അമീഗോയെ ആ കറുത്ത തടിയൻ പട്ടിയുടെ നേരെ നീട്ടിപ്പിടിച്ചു.

വലിയ പട്ടി കുഞ്ഞു അമീഗോയെ നോക്കി മുരണ്ടു. അതിന്റെ മുരളലുകൾക്ക് ഒച്ചകൂടിക്കൂടി വന്നു. ലാവെൻഡറിനെന്തോ പന്തികേട് തോന്നി. തടിയൻ പട്ടിയുടെ മുരളൽ കുരയായി മാറി.

ലാവെൻഡർ അമീഗോയെയും മാറോടടുക്കിപ്പിടിച്ച് ഒറ്റയോട്ടം! തടിയൻ പട്ടി കോപാകുലനായി കുരച്ചുകൊണ്ട് ആ അഞ്ചുവയസ്സുകാരിയുടെ പിന്നാലെ ഓടി. ലാവെൻഡർ നിലവിളിച്ചുകൊണ്ട് തന്റെ വീടിന്റെ തുറന്നിട്ട മുൻവാതിലിലൂടെ അകത്തേക്ക് ഓടിക്കയറി. സർവ്വശക്തിയുമെടുത്ത് വാതിൽ വലിച്ചടച്ചു.

എന്നിട്ട് ലാവെൻഡർ അമ്മയെ തിരഞ്ഞ് പിൻവശത്തെ വാതിൽക്കലെത്തി. അവൾ വിറയ്ക്കുന്നുണ്ടായിരുന്നു. അമ്മ അപ്പോഴും കൊച്ചുതോട്ടത്തിൽ തന്നെയുണ്ട്.

“എന്ത് പറ്റി? നിന്റെ മുഖം ചുവന്നിരിക്കുന്നല്ലോ?” അമ്മ ചോദിച്ചു. ലാവെൻഡർ ഒറ്റക്കരച്ചിൽ. കരച്ചിലിനിടയിൽ അവൾ തടിയൻ പട്ടിയുടെ കാര്യം പറഞ്ഞുകൊടുത്തു. അമ്മ അവളെ ചേർത്തുപിടിച്ച് ആശ്വസിപ്പിച്ചു.

“എന്നാലും എനിക്ക് അമീഗോയുടെ മാലാഖയെ കണ്ടുപിടിക്കാൻ കഴിഞ്ഞില്ലല്ലോ?” ലാവെൻഡർ ദു:ഖത്തോടെയും നിരാശയോടെയും പറഞ്ഞു.

“ഓ.... അതിനാണോ ഇത്രയും വിഷമം! അമീഗോയുടെ മാലാഖ ഇവിടെതന്നെയുണ്ടല്ലോ!” അമ്മ പറഞ്ഞു.

“ഇവിടെയോ?” ലാവെൻഡർ കണ്ണുനീരിൽ നനഞ്ഞ മുഖമുയർത്തി അമ്മയെ നോക്കി.

“അതെ, ഇവിടെ എന്റെ കുഞ്ഞുലാവെൻഡർ തന്നെയല്ലേ അമീഗോയുടെ മാലാഖ!” അമ്മ പറഞ്ഞു.

“ഞാനോ?”

“കൊച്ചുമാലാഖ!”

തനിക്ക് രണ്ടു വർണച്ചിറകുകളുള്ളതായി ലാവെൻഡർ സങ്കൽപിച്ചു. അവൾ പൊട്ടിച്ചിരിച്ചു.

2
ഒരു ആടിനെ പിന്തുടർന്നാൽ എവിടെയെത്തും?

ലാവെൻഡർ കണ്ണാടിയുടെ മുന്നിൽ നിന്നും മാറുന്നതേയില്ല. സ്വയം ഒരു കൊച്ചുസിൻഡ്രെല്ലയായും കുഞ്ഞുമാലാഖയായും ഒരേസമയം സങ്കൽപിച്ചുകൊണ്ടുള്ള കലാപരിപാടികളാണ്.

എല്ലാത്തിനും ആത്മാർത്ഥതയുള്ള കാഴ്ചക്കാരനായി, ചെവികൾ പൊക്കിപ്പിടിച്ച്, മൂക്ക് വിടർത്തിക്കൊണ്ട് അമീഗോയുണ്ട്. പിന്നെ അമ്മയും.

പതിവില്ലമധികം ക്ഷീണിതയായിരുന്ന ലാവെൻഡർ അന്ന് അത്താഴം നേരത്തെ തന്നെ കഴിച്ച്, അച്ഛൻ ഓഫീസിൽ നിന്നെത്തുന്നതിനും മുമ്പ് തന്നെ കിടന്നുറങ്ങി.

പിറ്റേന്ന് രാവിലെ ലാവെൻഡർ അമീഗോയുടെ കൂടെ ഒരു പ്രഭാതനടത്തത്തിനിറങ്ങി. തലേന്നത്തെ തടിയൻ പട്ടിയെ ഓർത്തുള്ള നേരിയ ഒരു ഭയം ഉള്ളിലുള്ളതിനെ അവഗണിച്ച്, ധൈര്യം സംഭരിച്ചുള്ള നടത്തം.

റിയയുടെ വീടും കടന്ന് കുറേക്കൂടി മുന്നോട്ടുപോയപ്പോൾ വലത്വശത്തുള്ള കുറ്റിക്കാട്ടിൽ ഒരനക്കം. എന്തോ ഒരു ശബ്ദം.

ലാവെൻഡർ ആ കുറ്റിക്കാടിനെ തുറിച്ചുനോക്കി. അനക്കങ്ങളും, ശബ്ദങ്ങളും കൂടിക്കൂടി വന്നു. ലാവെൻഡറിന്റെ കൊച്ചുമുഖം ജാഗരൂകമായി.

"അമീഗോ, എന്റെ കരുത്തനായ വേട്ടനായേ, കരുതിയിരുന്നോളൂ" ലാവെൻഡർ പറഞ്ഞു. നിലത്ത് നിൽക്കുന്ന കുഞ്ഞുകുഞ്ഞു പട്ടിക്കുഞ്ഞ് ദയനീയമായി മോങ്ങി. "ഇതാ കുറ്റിക്കാട്ടിൽ നിന്നും ഒരു വലിയ സിംഹം പുറത്തുചാടാൻ പോകുന്നു! അമീഗോ! ജാഗ്രത!" ലാവെൻഡർ അതിനാടകീയമായി ഏതൊക്കെയോ കാർട്ടൂൺ പരമ്പരകളിലെ നായികമാരെ അനുകരിച്ചു.

കുറ്റിക്കാട്ടിൽ നിന്നും സിംഹം പുറത്തുചാടി. അതൊരു ആടായിരുന്നു. നല്ല ഉശിരുള്ള വെളുത്ത ഒരു ആട്. ഒരു സിംഹത്തെ നേരിടാൻ തയാറായി നിൽക്കുന്ന ലാവെൻഡറിനെ കണ്ട് ആ ആട് ഒന്നമ്പരന്നു.

സിംഹത്തെ പ്രതീക്ഷിച്ച് നിന്ന ലാവെൻഡർ നേരെ നിന്നു. അമീഗോ ആടിനെ നോക്കി കുരയ്ക്കാൻ തുടങ്ങി. ലാവെൻഡർ ഒരുമിച്ച് വികൃതി കാട്ടിയിട്ട് അധ്യാപികയുടെ മുന്നിൽ നിൽക്കുമ്പോൾ തൊട്ടടുത്ത് നിൽക്കുന്ന ചങ്ങാതിയെ ഒളികണ്ണിട്ട് നോക്കുന്നത് പോലെ, ആടിന്റെ മുന്നിൽ നിന്ന് അമീഗോയെ ഒളികണ്ണിട്ട് നോക്കി നിമിഷങ്ങൾക്കകം തന്നെ ആട് ഗൗരവക്കാരിയും കർക്കശക്കാരിയുമായ അധ്യാപികയായി മാറിക്കഴിഞ്ഞിരുന്നു.

അമീഗോ കുരച്ചുകൊണ്ടേയിരുന്നു. ആട് തന്റെ സാങ്കൽപിക കണ്ണടയുടെ ചില്ലിലൂടെ അമീഗോയെ ഒരു നികൃഷ്ടജീവിയെ എന്ന പോലെ തുറിച്ചുനോക്കി. അത് അമീഗോയുടെ അഭിമാനം തകർക്കുമെന്ന് ലാവെൻഡറിനറിയാം.

അവൾക്ക് പിടിച്ച്നിർത്താൻ കഴിയും മുമ്പ്, അപമാനിതനായ അമീഗോ ആ ആടിന്റെ മേലേക്ക് ചാടിവീണു. തന്റെ കഴുത്തിൽ ഈർഷ്യയോടെ തൂങ്ങിക്കിടക്കുന്ന ആ കുഞ്ഞുപട്ടിയെ ആട് വളരെ നിസാരമായി കുടഞ്ഞെറിഞ്ഞുകളഞ്ഞു. ലാവെൻഡറിന്റെ കരുത്തനായ വലിയ നായ പച്ചപ്പുല്ലിൽ വീണുകിടന്നു.

ലാവെൻഡർ വേഗം ചെന്ന് അവനെ നേരെയിരുത്തി.

തന്റെ ജീവന്റെ ജീവനായ അമീഗോയെ കുടഞ്ഞെറിഞ്ഞ ആടിനെ, തന്റെ 'കരുത്തനായ വലിയ നായ'യായ അമീഗോയെ കുടഞ്ഞെറിഞ്ഞ ആടിനെ വഴക്കുപറയാൻ വേണ്ടി ലാവെൻഡർ ദേഷ്യത്തോടെ തിരിഞ്ഞു.

അപ്പോൾ ആട് നേരെ വന്ന് അവളോട് മുട്ടിയുരുമ്മിക്കൊണ്ട് മ്ഹേ മ്ഹേന്ന് നീട്ടിക്കരഞ്ഞു. ആ ഒറ്റ നീക്കത്തിൽ, അബദ്ധത്തിൽ ചായയിൽ പതിച്ച ബിസ്ക്കറ്റുകഷ്ണത്തെപ്പോലെ ലാവെൻഡറിന്റെ ദേഷ്യം അലിഞ്ഞലിഞ്ഞില്ലാതായി.

ലാവെൻഡർ കൈ പൊത്തി, പരുപരുത്ത രോമങ്ങൾ നിറഞ്ഞ ഉടലുള്ള ആടിനെ സ്നേഹത്തോടെ ചേർത്തുപിടിച്ചു.

അമീഗോയ്ക്ക് സഹിക്കാനാവുന്നതിലും അപ്പുറമായിരുന്നു അത്. അവൻ ദേഹത്ത് പറ്റിപ്പിടിച്ച പുല്ലിൻ കഷ്ണങ്ങൾ കുടഞ്ഞ്കളഞ്ഞ് കോപാകുലനായി ആടിന്റെയരികിൽ ചെന്നു.

ആട് തല താഴ്ത്തി, കൊമ്പുകൾ കുലുക്കിക്കാട്ടി അമീഗോയെ പേടിപ്പിക്കാൻ നോക്കി. എന്നാൽ ലാവെൻഡറിന്റെ അമീഗോ ധീരനല്ലേ! അവൻ ദൃഢനിശ്ചയത്തോടെ ആടിന്റെ നേരെ കുരച്ചുചാടി. ഒരു ഭീകരയുദ്ധത്തിന് സാക്ഷിയാവുകയാണ് താനെന്ന മട്ടിൽ ലാവെൻഡർ ഞെട്ടിവിറച്ചിരുന്നു.

ആട് കൊമ്പുകളാലെ അമീഗോയെ ഒരു പാവയെ എന്നപോലെ തള്ളിമാറ്റി.

പെട്ടെന്ന് ചാടിയെണീറ്റ് ആട് ഒറ്റയോട്ടം! തന്നെ ഭയന്ന് ശത്രു ഓടിരക്ഷപ്പെടാൻ നോക്കുകയാണെന്ന് ധരിച്ച് അമീഗോ പിന്നാലെ. അവന്റെ പിന്നാലെ ലാവെൻഡറും.

ഏതൊക്കെ വഴികളിലൂടെയാണ് അന്തവും കുന്തവുമില്ലാതെ പാഞ്ഞത്! ഒരു നിശ്ചയവുമില്ല.

പൊടുന്നനെ ആട് നിന്നു. അത്രയും പെട്ടെന്ന് സഡൻ ബ്രേക്കിടാൻ പറ്റാതെ, അമീഗോ കുതിപ്പ് നിയന്ത്രിക്കാനാവാതെ ആടിന്റെ ശരീരത്തിൽ തട്ടി താഴോട്ട് വീണു. ലാവെൻഡർ തിടുക്കത്തിൽ ചെന്ന് വലിയ ഉത്തരവാദിത്വത്തോടെ തന്റെ പട്ടിക്കുഞ്ഞിനെ കൈയിലെടുത്തു. വീണ്ടും ആടിന്റെ നേരെ കുതിക്കാൻ വെമ്പിക്കൊണ്ട് കുതറുന്ന അമീഗോയെ ബലമായി ചേർത്ത്പിടിച്ച്, ലാവെൻഡർ മുന്നോട്ട് നോക്കി.

അവളുടെ കണ്ണുകളിൽ വിസ്മയം പൂത്തുലഞ്ഞു.

3
ലില്ലി

ലില്ലിപ്പൂക്കൾ. നിറയെ ലില്ലിപ്പൂക്കൾ. ഇളം പിങ്കും വെളുപ്പും കലർന്ന അപൂർവസുന്ദരമായ നിറത്തിലുള്ള അൽപം നീണ്ട മൃദുലമായ ഇതളുകളുള്ള നടുവിൽ മഞ്ഞനിറമാർന്ന പൂമ്പൊടിയുമായി വിടർന്നു നിൽക്കുകയാണ് അനേകായിരം ലില്ലിപ്പൂക്കൾ.

ഇത്രയേറെ ലില്ലിപ്പൂക്കളോ! ലാവെൻഡറിന് സ്വന്തം കണ്ണുകളെ വിശ്വസിക്കാനായില്ല. ഇത്രയേറെ ലില്ലിപ്പൂക്കൾ അവളാദ്യമായി കാണുകയാണ്.

ലാവെൻഡർ മുഖം ചെരിച്ച് ആടിനെ നോക്കി അഭിമാനത്തോടെ തലയും ഉയർത്തിപ്പിടിച്ച് നിൽക്കുകയാണ് ആട്.

"എന്റെ ആടേ, ഇവിടെയാണോ നീ താമസിക്കുന്നത്? എത്ര ഭാഗ്യവതിയാണ് നീ?" ലാവെൻഡർ പറഞ്ഞു. ആട് സംതൃപ്തിയോടെ നീട്ടിക്കരഞ്ഞു.

"ഈ പൂക്കളെപ്പോലെത്തന്നെ സുന്ദരിയാണ് നീ!" ലാവെൻഡർ പറഞ്ഞു. ആട് വമ്പോടെ പൊക്കിപ്പിടിച്ച തല ചെരിക്കാതെ തന്നെ കണ്ണുകൾ മാത്രം ചലിപ്പിച്ച് കണ്ടില്ലേ എന്റെ മിടുക്ക് എന്ന ഭാവത്തിൽ അമീഗോയെ നോക്കി. അമീഗോയ്ക്ക് ഒന്നും ചെയ്യാനുണ്ടായിരുന്നില്ല.

"ആടേ, നിന്നെ ഞാൻ ലില്ലി എന്ന് വിളിക്കും." ലാവെൻഡർ ആടിനെ തഴുകി.

"ഓ, ഈ സ്ഥലം എത്ര മനോഹരമാണ്."

ലാവെൻഡർ പൂക്കൾക്കിടയിലേക്ക് ഓടിയിറങ്ങി അവൾ ഇടതിങ്ങിനിൽക്കുന്ന ഇളംപൂക്കളുടെ ഇടയിലൂടെ കൈകൾ വിരിച്ച്പിടിച്ച്, ആഹ്ലാദാരവങ്ങളോടെ ഓടിനടന്നു. അവളുടെ കൈകളിൽ നിന്നും ഊർന്നിറങ്ങിയ അമീഗോ സന്തോഷാധിക്യത്താൽ കുരച്ചുകൊണ്ട് അവളുടെ ഇടതുവശത്തുടെ ഒപ്പം ഓടി.

ആനന്ദത്തോടെ അവളുടെ വലതുവശത്തുടെ ഓടുകയാണ് ലില്ലി എന്ന ആട്.

എത്ര നേരമാണ് മനോഹാരിതയേറിയ പുഷ്പങ്ങൾക്കിടയിൽ അങ്ങനെ തലങ്ങും വിലങ്ങും പാഞ്ഞത്! അവസാനം ക്ഷീണിച്ചപ്പോൾ ലാവെൻഡർ ശഠേന്ന് ഓട്ടം നിർത്തി പിറകോട്ട് വീണു. ലില്ലിപ്പൂക്കൾക്കിടയിൽ അവൾ മലർന്ന് കിടന്നു. ലില്ലി ആട്ടും അമീഗോയും അവളുടെ ചുറ്റും തുള്ളിക്കളിച്ചു. അവൾ മേലെ മിന്നുന്ന നീലക്കുട നിവർത്തിയിരിക്കുന്ന ആകാശത്തിന്റെ ആഴങ്ങളെ മിഴികളാലെ പരതി.

* * *

കുറേ സമയമായി ലാവെൻഡർ നടക്കാനെന്നുംപറഞ്ഞ് പോയിട്ട്. ഒന്ന് പോയി നോക്കാം. ലാവെൻഡറിന്റെ അമ്മ മുറ്റത്തേക്കിറങ്ങി. അവർ നടപ്പാതയിലേക്ക് കയറിനിന്നിട്ട്, ഉറക്കെ വിളിച്ചു: "ലാവെൻഡർ.... ലാവെൻഡർ...!"

പതിവുപോലെ അമീഗോയുമൊത്ത് ഒരു കുസൃതിച്ചിരിയുമായി ലാവെൻഡർ നടപ്പാതയുടെ അറ്റത്ത് പ്രത്യക്ഷപ്പെടുന്നതും കാത്തുകൊണ്ട് അമ്മ നിന്നു. പാതയുടെ അറ്റത്തുള്ള മരങ്ങളുടെ ഇലകൾ പതിവുപോലെ ഇളകിക്കൊണ്ടിരുന്നു. പക്ഷേ, പതിവിനു വിപരീതമായി ലാവെൻഡർ വന്നില്ല.

അമ്മ അവളെ വിളിച്ചുകൊണ്ട് മുന്നോട്ടുനടന്നു. റിയയുടെ വീടിന്റെ മുമ്പിലെത്തിയപ്പോൾ അവർ നിന്നു. വീട്ടുമുറ്റത്തെ പുല്ലിലിരുന്ന് തനിയെ കളിക്കുന്ന റിയയോട് ലാവെൻഡറിനെ കണ്ടോയെന്ന് ചോദിച്ചു.

"ഇല്ലല്ലോ ആന്റി" റിയ പറഞ്ഞു.

ലാവെൻഡറിനെ ഉറക്കെ വിളിച്ചുകൊണ്ട് അമ്മ നടന്നു. പരിസരത്തെവിടെയെങ്കിലും അവളുടെ കൊച്ചുതല കാണുന്നുണ്ടോയെന്ന് ശ്രദ്ധിച്ചു. പക്ഷേ നിരാശയായിരുന്നു ഫലം.

ലാവെൻഡറിനെ സാധാരണഗതിയിൽ കാണാനിടയുള്ള സ്ഥലങ്ങളിലൊക്കെ നോക്കി. മരച്ചുവട്ടുകളിൽ, പുൽമേടിനരികിൽ,

പാറക്കെട്ടിന് മുകളിൽ, മതിലിലെ വിടവിൽ. പക്ഷേ എവിടെയും ലാവെൻഡറിനെ കണ്ടില്ല.

വഴിയിൽ കണ്ടവരോട് അമ്മ ലാവെൻഡറിനെ കണ്ടോയെന്ന് തിരക്കി. അവരിലൊരു കിഴവൻ പറഞ്ഞു: “അവളൊരു ആടിന്റെ പുറകേ ഇതിലൂടെ പാഞ്ഞുപോയിരുന്നു.” ലാവെൻഡർ പോയ വഴി അയാൾ ചൂണ്ടിക്കാണിച്ചു.

അമ്മ അതിലൂടെ വേഗത്തിൽ നടന്നു. അവർക്ക് പരിഭ്രമം തോന്നുന്നുണ്ട്. ഒരു ആട് എവിടേക്കൊക്കെ പോയിട്ടുണ്ടാവും? അമീഗോയാണെങ്കിൽ ലാവെൻഡറിനെ സംരക്ഷിക്കാൻ മാത്രമൊന്നും മുതിർന്നിട്ടില്ല.

അമ്മ നിറയെ ലില്ലിപ്പൂക്കൾ പൂത്തുവിടർന്ന് നിൽക്കുന്ന ഒരു പ്രദേശത്തെത്തി. പക്ഷേ, അവർക്ക് ആ പുഷ്പങ്ങളിൽ ഒരഴകും തോന്നിയില്ല.

പെട്ടെന്നാണ് സുപരിചിതമായ ഒരു കുര കേട്ടത്. അമീഗോ! അപ്പോൾ, സൂക്ഷിച്ചുനോക്കിയപ്പോൾ മാത്രം അമ്മ ആ കാഴ്ച കണ്ടു. പൂക്കൾക്കിടയിൽ മറ്റൊരു പൂ പോലെ കിടന്നുറങ്ങുകയാണ് തന്റെ മകൾ. അവളുടെയരികിൽ പാതിമയക്കത്തിലാഴ്ന്ന ഒരു വെളുത്ത ആട് കിടപ്പുണ്ട്. അടുത്ത് തന്നെ അമീഗോയുണ്ട്. അമ്മ ആശ്വാസത്തോടെ ചിരിച്ചു.

പൂക്കൾക്ക് എന്തൊരു ഭംഗി!

4
മഴവെള്ളത്തിൽ

വേനൽക്കാലം ഓടി മറഞ്ഞു. സ്വർണ്ണനിറത്തിൽ മിന്നിക്കൊണ്ടിരുന്ന സൂര്യൻ കനത്ത കാർമേഘക്കെട്ടുകളിൽനിന്നും പുറത്തുചാടാനാകാതെ വീർപ്പുമുട്ടുകയാണ്. അന്തരീക്ഷം എപ്പോഴും നന്നേ തണുത്തും നനവാർന്നുമിരുന്നു.

കൊച്ചു ലാവെൻഡർ എന്ന ഒന്നാം ക്ലാസ്സുകാരി മഴയെ വർദ്ധിച്ച ഉത്സാഹത്തോടെ നോക്കികണ്ടു.

ലാവെൻഡർ എന്നും നടന്നാണ് സ്കൂളിൽ പോകാറ്. അവൾക്ക് നടക്കാനാണിഷ്ടം. സ്കൂൾ അത്ര അകലയല്ല.

ഒരു മഴനനഞ്ഞ പുലരിയിൽ ലാവെൻഡർ കുടയും ചൂടി സ്കൂളിലേക്ക് നടക്കുകയാണ്. എന്നും സ്കൂളിന്റെ കവാടം വരെ അവളെ അനുഗമിക്കാറുള്ള അമീഗോയെ അവൾ കൂടെ കൂട്ടിയിട്ടില്ല. അവൾക്ക് മഴ നനയാനിഷ്ടമാണെങ്കിലും അവനിഷ്ടമല്ല. അവൾക്ക് വളരെ ആശ്ചര്യമുള്ള കാര്യമാണത്. മഴ നനയാനിഷ്ടമില്ലാത്ത ആരെങ്കിലുമുണ്ടാകുമോ.

വഴിയോരത്താകെ മഴവെള്ളച്ചാലുകൾ രൂപപ്പെട്ടിട്ടുണ്ട്. ചിലതു വലിയവയും ഒഴുക്കുള്ളവയും. ചിലതു ദുർബലമായവ.

പെട്ടെന്ന് ലാവെൻഡറിന്റെ പാതയെ മുറിച്ചുകടക്കുന്ന ഒരു മഴവെള്ളച്ചാൽ അവളുടെ ശ്രദ്ധയിൽപ്പെട്ടു. അതു പുതിയതായി രൂപപ്പെട്ടതാണ്. ഇന്നലെ അങ്ങനെയൊരെണ്ണം അവിടെയില്ലാരുന്നു.

ഉന്മേഷത്തോടെ ലാവെൻഡർ അതു ചാടിക്കടക്കാൻ തുടങ്ങവേയാണ് അതു കണ്ടത്.

മഴവെള്ളച്ചാലിലൂടെ എന്തോ ഒഴുകിവരുന്നുണ്ട്. വളരെ പതുക്കെ ചെറിയ എന്തോ ചോ ഒഴുകിയൊഴുകി വരുന്നു. ലാവെൻഡർ അവിടെ കുത്തിയിരുന്ന്, ആ വസ്തു തന്റെ നേരെ മുന്നിലെത്തുന്നതും കാത്ത് സസൂക്ഷ്മം നിരീക്ഷിച്ചു.

ആ കറുത്ത ചെറിയ വസ്തു നേരെ മുന്നിലെത്തിയതും ലാവെൻഡർ കൈനീട്ടി ഒരൊറ്റപ്പിടുത്തം.

"കിട്ടിപ്പോയി!"

ലാവെൻഡർ കൈവെള്ളയിലെ വസ്തുവിനെ മൂക്കിന്റെ താഴെപ്പിടിച്ച് പരിശോധിച്ചു. ഞെട്ടിപ്പിക്കുന്ന കണ്ടുപിടുത്തമാണ് അവൻ നടത്തിയത്. അതൊരു ആമക്കുഞ്ഞായിരുന്നു.

കറുത്ത കൊച്ചുപുറംതോടും, ഇളം തവിട്ടു നിറമുള്ള മൃദുലമായ കാലുകളും തലയുമുള്ള ആ ചെറിയ ചെറിയ ആമക്കുഞ്ഞ് ഒന്ന് അങ്ങോട്ടുമിങ്ങോട്ടും ഇഴഞ്ഞുനീങ്ങിയിട്ട്, തലയും കാലുകളും തോടിനുള്ളിലേക്ക് വലിച്ചു. ഇപ്പോൾ ഉള്ളംകൈയിൽ ഒരു പരന്ന ചെറുകല്ല് കിടക്കുന്നുവെന്നേ തോന്നൂ.

ലാവെൻഡർ കൗതുകത്തോടെ മറ്റേ കൈയിലെ ചൂണ്ടുവിരൽ കൊണ്ട് ആമക്കുട്ടിയെ തിരിച്ചിട്ടും മറിച്ചിട്ടും പരിശോധിച്ചു. ആമക്കുഞ്ഞ് പുറംതോടിനുള്ളിൽ നിന്നും പുറത്തുവരുന്ന പ്രശ്നമില്ല എന്ന ഒരൊറ്റ വാശിയിലാണ്.

"എന്റെ വാശിക്കാരൻ ആമക്കുട്ടാ, നിന്നെ ഞാൻ ടോർട്ടി എന്ന് വിളിക്കും." ലാവെൻഡർ മൂക്ക് ആമത്തോടിൽ തട്ടുന്നത്രയും താഴത്തായി മുഖം കുനിച്ചുപിടിച്ച്, മന്ത്രിച്ചു. "നിന്നെ ഞാൻ സ്കൂളിൽ കൊണ്ടുപോകാം."

ലാവെൻഡർ ആമക്കുഞ്ഞിനെ തന്റെ തൂവെള്ള തൂവാലയിൽ പൊതിഞ്ഞ് കൈയിലെടുത്ത്, വേഗത്തിൽ നടന്നു.

5
ക്ലാസ്സ്മുറിയിൽ ഒരു ആമ

ലാവെൻഡർ ളുവാലപ്പൊതി കൈയിൽ മുറുക്കെപിടിച്ചുകൊണ്ട് ക്ലാസ്സ്മുറിയിലേക്ക് കയറി. ക്ലാസ്സ്മുറി എന്നത്തെയും പോലെ ശബ്ദമുഖരിതമായിരുന്നു. കലപില കൂട്ടുന്ന ആഹ്ലാദചിത്തരായ ഒരു കൂട്ടം ഒന്നാംക്ലാസുകാർ.

ലാവെൻഡർ നടന്നുചെന്ന് അവളുടെ ഇരിപ്പിടത്തിലിരുന്നു. അവളുടെ കൂടെ ഇരിക്കുന്ന കൂട്ടുകാർ മൂന്നാണ്. നന്നേ ചുരുണ്ട മുടിയുള്ള റോസ്. അവൾ ലാവെൻഡറിനെ പോലെ കുസൃതിക്കാരിയാണ്. കുഞ്ഞിക്കണ്ണുകളുള്ള ജാസ്മിൻ. അധികം സംസാരിക്കാത്ത, നന്നേ കുറച്ച് വികൃതികളിൽ മാത്രം പങ്കുചേരുന്ന, അടങ്ങിയൊതുങ്ങിയ പ്രകൃതക്കാരിയാണ്, വലിയ പല്ലുകളുള്ള ഡാലിയ. വീട്ടുമുറ്റത്തൊരു ഡാലിയപ്പൂക്കളുടെ തോട്ടമുണ്ടത്രേ അവൾക്ക്.

ലാവെൻഡർ, റോസ്, ജാസ്മിൻ, ഡാലിയ ഒന്നാം ക്ലാസിലെ നാല് പൂക്കൾ.

“ദാ, ലാനി വന്നല്ലോ...” ലാവെൻഡറിനെ കണ്ട് റോസ് ഉറക്കെ പറഞ്ഞു.

“ഹലോ, ലാനി.” ജാസ്മിനും ലാവെൻഡറിനെ നോക്കി. സന്തോഷപൂർവ്വം പറഞ്ഞു.

“ഹലോ, ജാനു” ലാവെൻഡർ ധൃതിയിലാണ് മറുപടി പറഞ്ഞത്.

"ലാനീ നീയെന്താ ട്ടവാലയിൽ പൊതിഞ്ഞുകൊണ്ടുവന്നിരിക്കു ന്നത്?" ലാവെൻഡറിന്റെ കൈയിലെ ട്ടവാലക്കെട്ടിലേക്ക് വിരൽ ചൂണ്ടിക്കൊണ്ട് റോസ് ചോദിച്ചു.

"ഓ! എന്താ? എന്താ അത്?" ഡാലിയയ്ക്കും ജാസ്മിനും ആകാം ക്ഷയായി.

"ഇതൊരു മഹാസംഭവമാ" ലാവെൻഡർ പറഞ്ഞു.

"അതെന്താണെന്ന് കാണിച്ചുതാ" റോസിന്റെയും ജാസ്മിന്റെയും ഡാലിയയുടെയും ആകാംക്ഷ അനുനിമിഷം വർദ്ധിച്ചുകൊണ്ടിരുന്നു.

ലാവെൻഡർ ട്ടവാലപ്പൊതി മേശമേൽ വെച്ചു. ആകാംക്ഷയാലെ വികസിച്ച കണ്ണുകളുമായി മൂന്നു കൂട്ടുകാരികൾ ചുറ്റും.

"ഇതാ, കണ്ടോ!" ലാവെൻഡർ ജനങ്ങൾക്ക് മുന്നിൽ തന്റെ മഹാകണ്ടുപിടിത്തം അവതരിപ്പിക്കുന്ന ഒരു ശാസ്ത്രജ്ഞയെപ്പോലെ നാടകീയമായി ട്ടവാല എടുത്തുമാറ്റി, വായുവിൽ പൊക്കിപ്പിടിച്ചു.

മേശമേൽ ഒരു ആമക്കുഞ്ഞ്. റോസും ജാസ്മിനും ഡാലിയയും അത്ഭുതത്തോടെ പരസ്പരം നോക്കി.

"എന്റെ ദൈവമേ, ആമക്കുഞ്ഞ്!" ആശ്ചര്യം അടക്കാൻ കഴിയാ തെയുള്ള റോസിന്റെ വിളിച്ചുകൂവൽ വളരെയധികം ഉച്ചത്തിലായി പ്പോയി.

"ആമക്കുഞ്ഞോ?" കളികളിലും വർത്തമാനത്തിലും മുഴുകിയി രിക്കുകയായിരുന്ന മറ്റു കുട്ടികൾ അവരുടെ പണികൾ നിർത്തി, ലാവെൻഡറിന്റെ മേശയ്ക്കുചുറ്റും തടിച്ചുകൂടി.

അവരൊക്കെ പ്രകടിപ്പിച്ച വിസ്മയവും കൗതുകവും അവിശ്വസ നീയതയും ലാവെൻഡറിനെ സംതൃപ്തയാക്കി.

"ഞാൻ നടന്നുവരുമ്പോൾ മഴവെള്ളച്ചാലിൽ നിന്നും കിട്ടിയ താണിവനെ. ഇവൻ എന്റെ സ്വന്തം ടോർട്ടിയാണ്'" ലാവെൻഡർ അഭിമാനത്തോടെ പറഞ്ഞു. എല്ലാവരും അവളുടെ വാക്കുകൾക്ക് കാതോർക്കുകയും അവളെ ആരാധനയോടെ നോക്കുകയും ചെയ്തു.

ചിലർക്ക് ആമക്കുഞ്ഞിന്റെ പുറംതോടിൽ ഒന്ന് മെല്ലെ തലോടാൻ മോഹം.

"മ്... ഒന്ന് തലോടിനോക്കിക്കോ. എന്റെ ടോർട്ടിയെ വേദനിപ്പി ക്കാൻ പാടില്ലാട്ടോ..." ലാവെൻഡർ ഗമയോടെ പറഞ്ഞു.

ഈ ബഹളത്തിനെല്ലാമിടയ്ക്കാണ് ടീച്ചർ കയറിവന്നത്. കൗതുക ത്തോടെ കുട്ടികളുടെയിടയിലൂടെ തിക്കിത്തിരക്കി ലാവെൻഡറിന്റെ

മേശയുടെ മുന്നിലെത്തി.

“ആമക്കുഞ്ഞോ?” ടീച്ചർക്കും അത്ഭുതം.

“അതെ, ടീച്ചർ ലാവെൻഡർ കൊണ്ടുവന്നതാ” കുട്ടികൾക്ക് വിശദീകരിക്കാൻ തിരക്ക്.”

“എന്റെ ടോർട്ടിയാണ്” ലാവെൻഡർ കൂടുതൽ അഭിമാനത്തോടെ പറഞ്ഞു.

“ലാവെൻഡർ ഒരു സംഭവമാ, അല്ലേ ടീച്ചർ?” ആരോ ചോദിച്ചു.

“നിനക്കിതിനെ എവിടെ നിന്ന് കിട്ടി മോളേ?” ടീച്ചർ ചോദിച്ചു.

“വരുന്ന വഴിക്ക്. മഴവെള്ളച്ചാലിൽ നിന്നു” ലാവെൻഡർ മറുപടി നൽകി.

“നീയിനി ഇതിനെ എന്ത് ചെയ്യാൻ പോകുന്നു?” ടീച്ചറിന്റെ ചോദ്യം ലാവെൻഡറിൽ അത്ഭുതമുളവാക്കി. അതിലിത്ര ചോദിക്കാനെന്തിരിക്കുന്നു?

“ഞാൻ വീട്ടിൽ കൊണ്ടുപോയി വളർത്തും!”

“അതിലും നല്ലത് ഇതിനെ അരുവിയിൽ കൊണ്ടുവിടുന്നതല്ലേ?” ടീച്ചർ സൗമ്യമായി ചോദിച്ചു.

“ങേ? വേണ്ട വേണ്ട” ലാവെൻഡർ അത് നിഷേധിച്ചു.

“കുട്ടീ, നീ ഞാൻ പറയുന്നതൊന്ന്” ടീച്ചറിനെ മുഴമിപ്പിക്കാനനുവദിച്ചില്ല, ലാവെൻഡർ.

“വേണ്ട. എന്റെ ടോർട്ടിയെ എനിക്ക് വേണം.” ലാവെൻഡർ ആമക്കുഞ്ഞിനെ കൈയിലെടുത്ത് മുഖം വീർപ്പിച്ചിരുന്നു.

“ശരി, ശരി ഇനി നീ പിണങ്ങണ്ട. നിന്റെ ടോർട്ടിയെ നീ തന്നെ വീട്ടിൽ കൊണ്ടുപോയി വളർത്തിക്കോ” ടീച്ചർ പറഞ്ഞു.

ലാവെൻഡറിന് സന്തോഷമായി.

6
നീലക്കുളം

"ശരി... നിങ്ങൾക്ക് ഞാനിന്നൊരു കഥ പറഞ്ഞുതരാം." ടീച്ചർ തന്റെ മേശയുടെ മുന്നിൽപോയി നിന്നു. കുട്ടികളെല്ലാവരും സ്വന്തം ഇരിപ്പിടങ്ങളിൽ ചെന്ന് ടീച്ചർക്കഭിമുഖമായി ഇരുന്നു. അവർക്കൊക്കെ കഥ കേൾക്കാൻ വലിയ ഇഷ്ടമായിരുന്നു.

"ഒരു വലിയ കാട്. വലിയ വലിയ മരങ്ങളും ചെറിയ കുഞ്ഞിച്ചെടികളും കുറ്റിക്കാടുകളും. നല്ല ഭംഗിയും മണവുമുള്ള പൂക്കളും പച്ചനിറമുള്ള കൊച്ചുകൊച്ചു പുൽക്കൊടികളും മധുരമായി പാടുന്ന പക്ഷികളും, കാടാകെ ചാടിച്ചാടി നടക്കുന്ന പഞ്ഞിക്കെട്ട് പോലത്തെ മുയലുകളും എപ്പോഴും സന്തോഷത്തോടെ തുള്ളിച്ചാടുന്ന സുന്ദരിമാൻകുട്ടികളും, മരച്ചില്ലകളിൽ നിന്ന് താഴേക്കും തിരിച്ച് വീണ്ടും മരച്ചില്ലകളിലേക്കും ചാടുന്ന അണ്ണാറക്കണ്ണന്മാരും മരക്കൊമ്പത്ത് ഊഞ്ഞാലാടി രസിക്കുന്ന കുസൃതിക്കാരായ കൊച്ചുകുട്ടിക്കുരങ്ങന്മാരുമുള്ള കാട്."

കുട്ടികളെല്ലാം വർദ്ധിച്ചുവരുന്ന താല്പര്യം കൊണ്ട് വിടർന്ന കണ്ണുകളാലെ ടീച്ചറെത്തന്നെ ഉറ്റുനോക്കിക്കൊണ്ട് കഥ കേൾക്കുകയാണ്.

"....കാടിന്റെ ഒത്ത നടുക്ക് ഒരു കുളം, നീലക്കുളം. നിറയെ താമരപ്പൂക്കളും ആമ്പൽപ്പൂക്കളും വിരിഞ്ഞുനിന്നിരുന്ന ആ കുളത്തിൽ. കുളത്തിന്റെ അടിയിൽ നിറച്ചും തിളങ്ങുന്ന വെള്ളാരങ്കല്ലുകൾ."

"ആ ഭംഗിയുള്ള നീലക്കുളത്തിൽ ഒരു ആമക്കുട്ടൻ പാർത്തിരുന്നു. നിങ്ങളെപ്പോലെ കുസൃതി നിറഞ്ഞ ആമക്കുട്ടി. അവർ അമ്മയാമയുടെയും അച്ഛനാമയുടെയും കൂട്ടുകാരായ മീനുകളുടെയും

തവളക്കുട്ടന്മാരുടെയും കൂടെ സന്തോഷത്തോടെ കഴിഞ്ഞുപോന്നു.

അങ്ങനെയിരിക്കെ മഴക്കാലം വന്നു. രാവും പകലും മഴ പെയ്തു. കാട്ടിലെ കൂട്ടുകാരെല്ലാം മഴയത്ത് കളിച്ചുരസിച്ചു.

നീലക്കുളം നിറഞ്ഞുകവിഞ്ഞു. നല്ല തണുതണുത്ത വെള്ളം. കുളത്തിൽ നിന്നും പുറത്തേക്ക് ഒരുപാട് മഴവെള്ളച്ചാലുകളുണ്ടായി."

"അതൊക്കെ കണ്ടപ്പോൾ ആമക്കുട്ടനൊരു മോഹം. ഒന്ന് നീന്തി നോക്കണം. അമ്മയും അച്ഛനും സമ്മതിച്ചു. അങ്ങനെ ഒരു ദിവസം രാവിലെ നമ്മുടെ ആമക്കുട്ടൻ വൈകുന്നേരം തിരിച്ചുവരാമെന്നും പറഞ്ഞ് ഒരു മഴവെള്ളച്ചാലിലൂടെ നീന്തിപ്പോയി."

"നീന്തി നീന്തി നീന്തി, ആമക്കുട്ടൻ കാടും കടന്ന് നാട്ടിലെത്തി. അങ്ങനെയങ്ങനെ മഴവെള്ളച്ചാലിലൂടെ നീന്തിപ്പോകുമ്പോഴാണ് അവനെ ഒരു കുട്ടി കണ്ടുപിടിച്ചത്. ഒരു സുന്ദരിക്കുട്ടി."

"കുട്ടിക്ക് ആമക്കുട്ടനെ നന്നേ പിടിച്ചു. അവളവനെ സ്നേഹത്തോടെ എടുത്തുകൊണ്ടുപോയി. അവൾ നമ്മുടെ ആമക്കുട്ടനെ ഒരു കുപ്പിയിൽ വെള്ളം നിറച്ച് അതിനകത്തിട്ട് വളർത്തി."

"പാവം ആമക്കുട്ടൻ. അവൻ അമ്മയെയും അച്ഛനെയും കൂട്ടുകാരെയും കാണാനാകാതെ സങ്കടത്തോടെ കരഞ്ഞുകൊണ്ട് രാവും പകലും തള്ളിനീക്കിക്കൊണ്ടിരുന്നു."

"അങ്ങ് നീലക്കുളത്തിൽ ആമക്കുട്ടൻ തിരിച്ചുവരാത്തതിനാൽ സങ്കടപ്പെട്ട് അമ്മയും അച്ഛനും മീനുകളും തവളകളുമെല്ലാം കരഞ്ഞുകൊണ്ടേയിരുന്നു."

ടീച്ചർ കഥ പറഞ്ഞ് നിർത്തി. റോസും ജാസ്മിനും ഡാലിയയും ദൃഷ്ടികൾ തന്റെ മേലുറപ്പിച്ചിരിക്കുന്നത് ലാവെൻഡർ തിരിച്ചറിഞ്ഞു. അവളുടെ കണ്ണുകൾ നിറഞ്ഞു. വൈകാതെ ക്ലാസിലെ എല്ലാ കുട്ടികളുടെയും കണ്ണുകൾ തല കുനിച്ചിരിക്കുന്ന അവളുടെ മേലായി.

ലാവെൻഡർ പെട്ടെന്ന് മുഖമുയർത്തി. കണ്ണ് തുടച്ചു. ആമക്കുട്ടിയെ കൈയിലെടുത്തു. നേരെ ടീച്ചറിന്റെ മുന്നിൽ ചെന്ന് നിന്നിട്ട് ഉറച്ച സ്വരത്തിൽ പറഞ്ഞു: "നമുക്ക് അരുവിക്കരയിലേക്ക് പോകാം."

7
മഴച്ചിരി

ഇരുണ്ട മഴമേഘങ്ങൾക്കിടയിലൂടെ പുലരിയുടെ നേരിയ വെയിൽ നാളങ്ങൾ മഴ പെയ്ത് നനഞ്ഞ് കുതിർന്ന് കിടക്കുന്ന ഭൂമിക്കുമേൽ ചരിഞ്ഞുപതിച്ചുകൊണ്ടിരുന്നു. ചാഞ്ഞും ചരിഞ്ഞും വീഴുന്ന വെളിച്ചം തട്ടി, മരങ്ങളുടെ ഏറ്റവും മുകളറ്റത്തുള്ള ഇലകളിൽ തങ്ങിനിന്നിരുന്ന മഴത്തുള്ളികൾ വജ്രങ്ങളായി താഴത്തെ പച്ചപ്പുൽ ക്കൊടികളും നെറുകയിൽ മഴമുത്തുകൾ അണിഞ്ഞിരുന്നു. അവയുടെ അരികുപറ്റി ഒരു വലിയ അരുവി ഒഴുകുന്നുണ്ട്. നീല ജലമുള്ള ഒരരുവി ഓരങ്ങളിലെ കൊച്ചു കൊച്ച് ഉരുളൻ കല്ലുകളിൽ തട്ടി ആ ഓളങ്ങൾ പൊട്ടിച്ചിരിയിലമർന്നു. പച്ചപ്പുല്ലിലൂടെ ഒത്തിരി മഴവെള്ളച്ചാലുകൾ രൂപപ്പെട്ടിട്ടുണ്ട്. എല്ലാം അരുവിയിൽ ചെന്നു ലയിക്കുന്നു.

അകലെ നിന്നും ചില ശബ്ദങ്ങൾ പൂർണമായും ഉണങ്ങിയിട്ടി ല്ലാത്ത വൃക്ഷ ശാഖകളിൽ മഴക്കുളിരിന്റെയും ഇളവെയിലിന്റെയും സുഖത്തിൽ മയങ്ങിമയങ്ങിയിരിക്കുകയായിരുന്ന അണ്ണാറക്കണ്ണ ന്മാർ ധ്യാനത്തിൽ നിന്നുമുണർന്ന് ചുറ്റും നോക്കുകയും ചെവി വട്ടം പിടിക്കുകയും ചെയ്തു.

ശബ്ദങ്ങൾ അടുത്തെത്തുംതോറും ഉറക്കെയായിക്കൊണ്ടിരിക്കു ന്നു. അണ്ണാനുകളെല്ലാം ഞൊടിയിടയിൽ പൊത്തുകളിലും ശിഖര ങ്ങൾക്കുപിന്നിലും ഒളിച്ചു.

തങ്ങൾ കേൾക്കുന്നത് കുട്ടികളുടെ ഉറക്കെയുള്ള സംസാരങ്ങളും പൊട്ടിച്ചിരികളുമാണെന്ന് മനസിലായപ്പോൾ അണ്ണാറക്കണ്ണന്മാർ

പൊത്തുകൾക്കകത്ത് നിന്നും, ചില്ലകൾക്ക് പിന്നിൽ നിന്നും നേരിയ സങ്കോചത്തോടെ പുറത്തേക്ക് എത്തിനോക്കി ശബ്ദങ്ങൾക്ക് അല്പ സമയം കൂടി കാതുകൊടുത്തു. അത് കുട്ടികളുടെ ആരവങ്ങൾ തന്നെ യാണെന്ന് രോമാവൃതങ്ങളായ തടിച്ച വാലുകൾ ഇളക്കിക്കൊണ്ട് അവ ചാടിച്ചാടി പുറത്തുവന്നു.

വിസ്മയത്താൽ താമരപ്പൂക്കൾ പോലെ വിടർന്ന് വികസിച്ച കണ്ണുകളാലെ ചുറ്റും വീക്ഷിക്കുകയും ഉച്ചത്തിൽ കുരുവികളെപ്പോലെ കലപില കൂട്ടുകയും അരുവിയോളങ്ങളെപ്പോലെ പൊട്ടിച്ചിരിക്കുകയും ചെയ്തുകൊണ്ട് ഒരു സംഘം കൊച്ചുകുട്ടികൾ അങ്ങോട്ടേക്കെത്തി. അവരുടെ കുഞ്ഞുതമാശകളിൽ പങ്കുചേർന്ന് ഒപ്പം ചിരിച്ചുകൊണ്ട് ഒരു യുവതിയും അവരുടെ കൂടെയുണ്ടായിരുന്നു. അവരുടെ സ്വന്തം ടീച്ചർ.

നടന്നുവരുമ്പോൾ കുട്ടികളിലൊരാൾ മരക്കൊമ്പുകളിലേക്ക് ചൂണ്ടിക്കൊണ്ട് ഉറക്കെ വിളിച്ചുപറഞ്ഞു: "ദേ നോക്ക്, അണ്ണാനകൾ! ഉടനെ എല്ലാ കുട്ടികളും പിന്നെ ടീച്ചറും അങ്ങോട്ട് നോക്കി. എന്തൊരോമന അണ്ണാൻകുഞ്ഞുങ്ങൾ!" കുട്ടികൾ വാത്സല്യം കാട്ടി. അണ്ണാറക്കണ്ണന്മാർ നാണിച്ചു ചുവന്നു തുടുത്തുപോയി.

കുട്ടികൾ അരുവിയോരത്തേക്കാണ് ചെന്നത്.

"ലാവെൻഡർ, നിന്റെ ടോർട്ടിയെ വീട്ടിലെത്തിച്ചോളൂ" ടീച്ചർ മൃദുസ്വരത്തിൽ പറഞ്ഞു.

കൊച്ചുലാവെൻഡർ മുന്നോട്ടുവന്നു. അവളുടെ കൈകളിൽ പതുങ്ങി യിരിക്കുന്ന ആമക്കുട്ടനെ അണ്ണാനകൾ ചാഞ്ഞും ചരിഞ്ഞും നോക്കി.

ലാവെൻഡർ അരുവിയുടെ തൊട്ടടുത്ത് കുനിഞ്ഞിരുന്നു. ഒരു കനിവുള്ള പുഞ്ചിരിയോടെ അവൾ ടോർട്ടിയെ അരുമയോടെ മെല്ലെ അരുവിയുടെ തീരത്ത് വെച്ചു. അല്പനേരം ഒന്ന് ശങ്കിച്ചുനിന്നിട്ട് ടോർട്ടി അരുവിയെ ലക്ഷ്യമാക്കി നീങ്ങി. ഓളങ്ങൾ പിഞ്ചുകുഞ്ഞിനെ അമ്മയെടുക്കുന്നതു പോലെ ആമക്കുഞ്ഞിനെ വാത്സല്യത്തോടെ വാരിയെടുത്തു. അത് ആഴങ്ങളിൽ മറഞ്ഞപ്പോൾ അരുവി ഉരുളൻ കല്ലുകളെ പുൽകി ഒന്നുകൂടി ചിരിമുത്തുകൾ പൊഴിച്ചു. ചിതറിവീണ അവ വെള്ളത്തുള്ളികളായി ലാവെൻഡറിന്റെ മുഖത്ത് പറ്റിപ്പിടിച്ചു. അവ മറ്റൊരു ചിരിയായി അവളുടെ ചുണ്ടുകളിൽ പടർന്നു.

ലാവെൻഡർ പെട്ടെന്ന് എഴുന്നേറ്റ് മറ്റു കുട്ടികൾക്കും ടീച്ചർക്കും അഭിമുഖമായി നിന്നു. അവൾ ആനന്ദകരമായ എന്തോ പറയാനുദ്ദേശിക്കുന്നത് പോലെ തോന്നി. കുട്ടികളും ടീച്ചറും മരങ്ങളും

അണ്ണാറക്കണ്ണന്മാരും ഇളവെയിലും പുൽപ്പരപ്പും അരുവിയും അവളുടെ വാക്കുകൾക്ക് കാതോർത്തു.

ലാവെൻഡർ ആത്മവിശ്വാസത്തോടെ പറഞ്ഞുതുടങ്ങി : "ടീച്ചർ പറഞ്ഞ കഥയുടെ ബാക്കിഭാഗം ഞാൻ പറഞ്ഞുതരാം. ആമക്കുട്ടന്റെ സങ്കടം കുട്ടിക്ക് മനസ്സിലായി. അവളവനെയുമെടുത്ത് കുളക്കരയിലെത്തി. അവൾ അവനെ നീലക്കുളത്തിൽ വിട്ടു. അവൻ സന്തോഷത്തോടെ അമ്മയുടെയും അച്ഛന്റെയും കൂട്ടുകാരുടെയും അടുത്തേക്ക് നീന്തിച്ചെന്നു. അവരവനെ കെട്ടിപ്പിടിച്ചു. എല്ലാവരും സന്തോഷിച്ചു." അവൾ ആഹ്ലാദത്തുടിപ്പോടെ പറഞ്ഞുനിർത്തി.

മറ്റു കുട്ടികളും ടീച്ചറും ആനന്ദത്തോടെ കൈയടിച്ചു.

"കൊള്ളാം, ലാവെൻഡർ ഇപ്പോൾ നീ മിടുക്കിയായി." കരഘോഷത്തിനു മീതേക്കൂടി ടീച്ചർ വിളിച്ചുപറഞ്ഞു. ലാവെൻഡറിന്റെ കവിളുകൾ ചുവന്നു. മഴ വന്നു. മഴ അഭിനന്ദനങ്ങളോടെ ലാവെൻഡറിനെ ആശ്ലേഷിച്ചു. അവൾ മാത്രമല്ല, ടീച്ചറടക്കം ആരും കുട തുറക്കുവാൻ മെനക്കെട്ടില്ല.

മരച്ചില്ലകളിലിരുന്ന് മഴയിൽ കുളിക്കുന്ന അണ്ണാറക്കണ്ണന്മാർക്ക് തുല്യരായി അവർ മഴ നനഞ്ഞു. അവരുടെയൊക്കെ പുഞ്ചിരിയിലൂടെ മഴ ഒലിച്ചിറങ്ങി.

8
നീലശലഭം

അകലെ നിന്നും ഒരു കുര കേട്ടു. ഓർമകളിൽ നിന്നുമുണർന്ന് ലാവെൻഡർ കുര കേട്ട ഭാഗത്തേക്കു നോക്കി. പഞ്ചാരമ ണലിലൂടെ ഓടി വരുകയാണ് അവളുടെ അമീഗോ. അവനിപ്പോൾ പണ്ടത്തെപ്പോലെയല്ല. വളർന്നു വലുതായി നല്ല ഉശിരൻ നായയാ യിരിക്കുന്നു.

ലാവെൻഡറിന്റെ കവിളുകളിലൂടെ ഒഴുകിയിറങ്ങുന്ന കണ്ണുനീർച്ചാ ലുകൾ കണ്ട് അമീഗോ ഒന്ന് ശങ്കിച്ചുനിന്നു. അവൾ വേഗം കണ്ണ് തുടച്ച് അവനെ കൈമാടി വിളിച്ചു. ഉടനെ അവൻ അടുത്തേക്ക് വന്നു.

അമീഗോയുടെ വെളുത്ത് മൃദുവായ രോമങ്ങളിലൂടെ വിരലോടിച്ചു കൊണ്ടിരുന്നപ്പോൾ അവനോടൊത്ത് താൻ രണ്ടാമതും മൂന്നാമതും നാലാമതും ലില്ലി ആടിനെ കാണാൻ പോയത് ലാവെൻഡറിന് ഓർമ്മ വന്നു.

അഞ്ചാം തവണ...

മരച്ചില്ലകൾ നഗ്നമായിത്തീർന്ന ഒരു ഇലപൊഴിയുംകാലമായിരു ന്നു അത്. കുറേയേറെ നാളുകളായി ലില്ലിയെ കാണാൻ കഴിഞ്ഞി ട്ടില്ല.

ലാവെൻഡറിനപ്പോൾ ആറു വയസ്സ്. രണ്ടാംക്ലാസുകാരി അമീഗോയും അൽപം വളർന്നിരുന്നു.

“നമുക്കൊരു കാര്യം ചെയ്യാം, ലില്ലിയുടെ വീട്ടിൽ പോയി

തിരക്കാം." ലാവെൻഡർ പറഞ്ഞു. ലില്ലിയുടെ വീട് എന്നതുകൊണ്ട് അവൾ ഉദ്ദേശിച്ചത് ലില്ലിപ്പൂക്കൾ നിറഞ്ഞ ആ സ്ഥലമായിരുന്നു.

അങ്ങനെ ലാവെൻഡറും അമീഗോയും ഒരു ഉച്ചതിരിഞ്ഞ നേരത്ത് ആടിനെ തേടിയിറങ്ങി. അവർ നടന്നും ഓടിയും ലില്ലിച്ചെടികൾ പൂത്തുവിടർന്നിടത്തെത്തി.

അവിടം വിജനമായിരുന്നു. പുഷ്പങ്ങൾ മാത്രം ചെറുകാറ്റിൽ തലയിളക്കിക്കൊണ്ടിരുന്നു.

"ഇവിടെയാരെയും കാണുന്നില്ലല്ലോ..." പൂക്കളിലേക്ക് ഉറ്റുനോക്കിക്കൊണ്ട് ലാവെൻഡർ പറഞ്ഞു. അമീഗോ മുഖമുയർത്തി അവളെ നോക്കി. "ശരി, അമീഗോ... ലില്ലി ഇവിടെയില്ല. നമുക്ക് തിരിച്ചുപോകാം. വാ.." ലാവെൻഡർ തിരിഞ്ഞുനടന്നു. ചെവികൾ താഴ്ത്തിയിട്ട്, നിരാശയോടെ അമീഗോ അവളെ പിൻതുടർന്നു.

ലാവെൻഡർ ദുഃഖിതയായിരുന്നു. ഇനി ലില്ലി ആടിനെ എവിടെപ്പോയി അന്വേഷിക്കാനാണ്? അവൾക്കെന്ത് സംഭവിച്ചുകാണും? എവിടെയാവും അവൾ?

ഒരു ശലഭം പാറിവന്നു. വലിയ തിളങ്ങുന്ന നീലച്ചിറകുകളുള്ള കമനീയമായ സൗന്ദര്യവും അവിശ്വസനീയമായ ആകർഷകത്വവുമുള്ള ആ ചിത്രശലഭം ലാവെൻഡറിന്റെ മൂക്കിനുകീഴെ പാറിക്കളിച്ചു. "എന്റെ കൂടെ വരൂ, എന്റെ കൂടെ വരൂ..." എന്നായിരുന്നു അതിന്റെ ചിറകടിനാദത്തിന്റെ അർത്ഥം.

ആ ക്ഷണം സ്വീകരിച്ച്, ലാവെൻഡർ അതിന്റെ പിന്നാലെ പോയി. ഒട്ടും അമാന്തിക്കാതെ അമീഗോയും അവളെ പിന്തുടർന്നു.

നീലശലഭം ലില്ലിപ്പൂക്കൾക്കിടയിലൂടെ പറന്നുചെന്നു. പിന്നാലെ പാഞ്ഞ് ലാവെൻഡർ പെട്ടെന്ന് നിന്നു. പൂക്കൾക്കിടയിൽ ഒരു വെളുത്ത ആട് കിടക്കുകയാണ്. അതിനെ ഒന്ന് വട്ടമിട്ട് നീലശലഭം പറന്നുപോയി.

മുന്നിൽ കിടക്കുകയാണ് ലില്ലി ആട്. പക്ഷേ, ലാവെൻഡറിനെ അത്ഭുതപ്പെടുത്തിയത് മറ്റൊന്നായിരുന്നു. ലില്ലിയുടെ അരികെ ഒരു കുഞ്ഞാട്! അമീഗോയെക്കാളും ചെറിയ ഒരു വെളുത്ത ആട്ടിൻകുഞ്ഞ്.

"ഓ! ലില്ലി, നിന്റെ കുഞ്ഞ്!" ലാവെൻഡർ സന്തോഷാധിക്യത്തോടെ കുനിഞ്ഞ് പതുക്കെ ആട്ടിൻകുഞ്ഞിന്റെ നെറുകയിലൊന്ന് തൊട്ടു.

"നിന്നെ ഞാൻ സിൻഡി എന്ന് വിളിക്കും." അവൾ മന്ത്രിച്ചു.

"ഓ, എന്റെ സിൻഡി!" അവൾ ആട്ടിൻകുഞ്ഞിനെ വാരിയെടുത്ത് ഒന്ന് വട്ടംകറങ്ങി. എന്നിട്ട് അതിനെ തിരികെ നിലത്ത് വെച്ചു.

അമീഗോ സംശയത്തോടെ സിൻഡിയെ നോക്കി. അവൻ മുന്നോട്ട്ചെന്നു. ലാവെൻഡറിന് ആശങ്കയായി. എന്നാൽ, അവളെ അത്ഭുതപ്പെടുത്തിക്കൊണ്ട് പട്ടിക്കുട്ടി കുഞ്ഞു സിൻഡിയെ ഒന്ന് വാത്സല്യത്തോടെ നക്കുക മാത്രം ചെയ്തു.

അന്ന് മുതൽ പട്ടിക്കുട്ടിയായ അമീഗോയും ലില്ലി ആടും തമ്മിലുള്ള ശത്രുത ഇല്ലാതായി.

9
രാജകുമാരി

ലാവെൻഡർ മൂന്നാം ക്ലാസിലെത്തിയപ്പോൾ അവളുടെ ക്ലാസിൽ ഒരു പുതിയ പെൺകുട്ടി ചേർന്നു.

ആദ്യമായി അവൾ ക്ലാസ്സുറിയുടെ വാതിൽക്കൽ വന്നുനിന്നത് ലാവെൻഡർ ഇന്നും വ്യക്തമായി ഓർക്കുന്നു.

തടിച്ച് കറുത്ത ഒരു കുട്ടി. മങ്ങിയ തവിട്ടുനിറമുള്ള ഒരുടുപ്പാണ് വേഷം. ചുരുണ്ട, എണ്ണമയമില്ലാത്ത, കടുംകറുപ്പ് നിറമാർന്ന തലമുടി. കറുത്ത തട്ടം തലയിൽ നിന്നും ഊർന്നിറങ്ങി, ചുമലുകളിൽ വീണ് കിടക്കുന്നു. തിളങ്ങുന്ന മിഴികൾ മുതുകിൽ കിടക്കുന്ന ബാഗ്. അതിന് ഒറ്റനോട്ടത്തിൽ തന്നെ ഏറെ പഴക്കം തോന്നിച്ചിരുന്നു.

ഇത്രയ്ക്കും കറുത്ത തൊലിയുള്ള ഒരു കുട്ടിയെ ലാവെൻഡറും കൂട്ടുകാരും ഇതുവരെ കണ്ടിട്ടില്ല. അവരൊക്കെ അല്പം അത്ഭുതത്തോടെയാണ് ആ പുതിയ കുട്ടിയെ നോക്കിയത്. അവരുടെ തുറിച്ചുനോട്ടങ്ങളെ അവൾ ഒരു ആത്മവിശ്വാസമുള്ള നറുചിരിയോടെയാണ് എതിരേറ്റത്.

ആ പെൺകുട്ടി അവളുടെ ഇരിപ്പിടം തെരഞ്ഞെടുത്തു. ലാവെൻഡറിന്റെയും റോസിന്റെയും ഇടയിലാണ് അവൾ വന്നിരുന്നത്. റോസ് വല്ലാത്ത അസ്വസ്ഥതയോടെ ഉറക്കെ തൊണ്ട ശരിയാക്കുകയും നീരസത്തോടെ കുള്ളച്ചുമകൾ ചുമയ്ക്കുകയും ചെയ്തു.

"ഞങ്ങൾ ഉറ്റചങ്ങാതിമാരാണ്. ഞങ്ങൾക്കെപ്പോഴും അടുത്തടുത്തിരിക്കണം. നീ ഇവിടിരുന്നാൽ ശരിയാവില്ല" റോസ് പുതിയ

കുട്ടിയെ നോക്കി ഗൗരവത്തോടെ പറഞ്ഞു.

"ഓ, ആണോ? ശരി, കുഴപ്പമില്ല" പെൺകുട്ടി പുഞ്ചിരിയോടെ എഴുന്നേറ്റ് മാറി, ഇപ്പുറത്ത്, ലാവെൻഡറിന്റെ ഇടതുവശത്ത് ഇരുന്നു.

ലാവെൻഡർ തല ചെരിച്ച് അവളെ നോക്കിച്ചിരിച്ചു. പെൺകുട്ടിയും ചിരിച്ചു.

"ഹലോ, എന്താ പേര്?" അവൾ സൗമ്യമായി ചോദിച്ചു.

"ലാവെൻഡർ, നിന്റെ പേരോ?"

"ഷെഹാന, ലാവെൻഡർ, നല്ല പേര്"

"അതൊരു പൂവിന്റെ പേരല്ലേ?"

"അതെ, അതെ, ലാവെൻഡർ എന്നൊരു പൂവുണ്ട്."

"ഒരു നീലയും വയലറ്റും കൂടിച്ചേർന്ന നിറമുള്ള പൂവ് അല്ലേ? അതിന്റെ നിറം തന്നെ മായികമാണ്."

ഇത്രയും കേട്ടപ്പോൾ ലാവെൻഡറിന് ഷെഹാനയോടൊരിഷ്ടമൊക്കെ തോന്നി.

വീണ്ടും അസ്വസ്ഥത പ്രകടിപ്പിച്ചുകൊണ്ട്, റോസ് രംഗത്തുവന്നു. അവൾ എഴുന്നേറ്റ് വന്ന്, ഷെഹാനയ്ക്കഭിമുഖമായി നിന്നു.

"ഇവിടെ എല്ലാവർക്കും ഇരട്ടപ്പേരുകൾ ഉണ്ട്." റോസ് പറഞ്ഞുതുടങ്ങി.

"ആഹാ! നന്നായി! അങ്ങനെയെങ്കിൽ നിന്റെ ഇരട്ടപ്പേരെന്താ?" ഷെഹാന ചിരിച്ചുകൊണ്ട് ഉത്സാഹപൂർവ്വം ചോദിച്ചു.

അത് റോസിനെ ഞെട്ടിച്ചുകളഞ്ഞു. അവൾക്കത് തീരെ പിടിച്ചില്ലെന്ന് അവളുടെ മുഖഭാവം വ്യക്തമാക്കുന്നുണ്ട്.

"എന്നെ ആരും ഇരട്ടപ്പേര് വിളിക്കാറില്ല" റോസ് തികഞ്ഞ ഗൗരവത്തിൽ പറഞ്ഞു. "അതിനുള്ള ധൈര്യം ആർക്കുമില്ല." ആൽപം ഗൗരവത്തോടെ അവൾ കൂട്ടിച്ചേർത്തു.

"പോടി കള്ളി, നിന്നെ ഇരട്ടപ്പേരു വിളിച്ചാൽ നീ കരഞ്ഞ് ബഹളം വെക്കുന്നതുകൊണ്ടല്ലേ നിന്നെ ആരും അങ്ങനെ വിളിക്കാത്തത്!" ലാവെൻഡർ പൊട്ടിച്ചിരിച്ചുകൊണ്ട് പറഞ്ഞു.

"നീയൊന്ന് വായടയ്ക്കുന്നുണ്ടോ!" റോസ് പൊട്ടിത്തെറിക്കുമെന്ന് ലാവെൻഡർ പ്രതീക്ഷിച്ചിരുന്നില്ല. അതവളെ ചെറുതായി വിഷമിപ്പിച്ചു.

"നീയിങ്ങനെ ചൂടാവാതെ..." ലാവെൻഡറിന്റെ ശബ്ദം

പതിഞ്ഞതായിരുന്നു.

"ഹാ! നിനക്കു പറ്റിയ ഇരട്ടപ്പേര് കാക്ക എന്നാണ്!" റോസ് ഉറക്കെ പറഞ്ഞു.

അയ്യോ, പാവം ഷെഹാന ലാവെൻഡറിന് സഹതാപം തോന്നി.

"കാക്കയോ? നന്ദി കാക്കയെ എനിക്ക് ഒരുപാടിഷ്ടമാണ് കാക്കയെ പോലെ ആകാശത്ത് പാറിനടക്കാൻ എന്തുരസമായിരിക്കും!" ഷെഹാന നിറചിരിയോടെ പറഞ്ഞു.

ആ മറുപടി ലാവെൻഡറിനെ വല്ലാതെ അത്ഭുതപ്പെട്ടുത്തിക്കളഞ്ഞു. റോസ് പോലും ആദ്യമൊന്ന് പതറി. അതു മറയ്ക്കാനവൾ ശ്രമിച്ചു.

"നന്ദിയോ? നിനക്ക് വട്ടാണ്! കാക്കക്കറുമ്പി," റോസ് ആക്രോശിച്ചു.

"ഏയ്, അല്ലല്ല. അവളെ നമുക്ക് ആന എന്ന് വിളിക്കാം! ആനത്തടിച്ചി," അത് ജാസ്മിനായിരുന്നു. എല്ലാവരും പൊട്ടിച്ചിരിച്ചു. ലാവെൻഡറിനു മാത്രം ചിരി വന്നില്ല.

"എന്നെ നിങ്ങൾ കറുമ്പി എന്നോ തടിച്ചി എന്നോ വിളിക്കേണ്ട കാര്യമില്ല. എനിക്കൊരു പേരുണ്ടല്ലോ. എന്റെ ഉമ്മയും ഉപ്പയും എനിക്കിട്ട പേര്. അതുള്ളിടത്തോളം തടിച്ചി എന്നോ കറുമ്പി എന്നോ വിളിക്കേണ്ടതില്ല." ഷെഹാന പറഞ്ഞു. അവളുടെ മുഖം അപ്പോഴും പ്രസന്നമായിരുന്നു. എത്ര നന്നായാണ് അവൾ സംസാരിക്കുന്നത്!

"ഓ! വലിയൊരു ആനക്കാര്യം! എന്താണാവോ നിന്റെയാ മഹത്തായ പേര്! ഷെഹാന അല്ലേ? ഷെഹാന! അല്ലേ? ഷെഹാനാ! രാജകുമാരി എന്നല്ലേ ആ പേരിനർത്ഥം! രാജകുമാരി! അയ്യയ്യേ! ഇതെന്തുകഥ! കറുത്ത് തടിച്ചൊരു രാജകുമാരി! ഡാലിയ പരിഹാസപൂർവ്വം പറഞ്ഞു. അവളുടെ കൂട്ടർ അകമ്പടിയായി കൂട്ടച്ചിരി മുഴക്കി. എത്ര മോശമായാണ് അവർ സംസാരിക്കുന്നത്! ലാവെൻഡറിന് ജീവിതത്തിലാദ്യമായി അവരോട് ദേഷ്യം തോന്നി.

"എന്താ രാജകുമാരിയുടെ നിറം കറുത്തതായാൽ? എന്താ രാജകുമാരിയുടെ ശരീരം തടിച്ചതായാൽ?" മൂർച്ചയുള്ള രണ്ടു ചോദ്യങ്ങൾ എയ്തിട്ട് ഷെഹാന എഴുന്നേറ്റ് പുറത്തേക്ക് പോയി.

സ്വയമറിയാതെ തന്നെ ലാവെൻഡറും എഴുന്നേറ്റ് പുറത്തേക്ക് നടന്നു.

മരച്ചുവട്ടിലായി ഷെഹാനയിരിക്കുന്ന നിശ്ചലയായി. ലാവെൻഡർ

അടുത്തുചെന്നു. താഴ്ന്ന മരച്ചില്ലകളിൽ നിന്നും സമീപത്തെ കുറ്റിച്ചെടികളിൽ നിന്നും ഏതാനും ഇലകൾ പറിച്ചെടുത്ത്, അവ കൊണ്ട് ഒരു കിരീടമുണ്ടാക്കി അവളുടെ തലയിൽ വെച്ചു.

"രാജകുമാരി..." ലാവെൻഡർ മന്ത്രിച്ചു.

10
ചാറ്റൽ മഴ

ലാവെൻഡറും ഷെഹാനയും വളരെ പെട്ടെന്ന് ചങ്ങാതിമാരായി. ഷെഹാന തന്റെ സ്കൂളിലെ പുതിയ കുട്ടിയല്ലേ, അവളിവിടെ വന്ന ശേഷം ആദ്യം അവൾക്ക് കിട്ടിയ സുഹൃത്ത് താനല്ലേ, ഇവിടത്തെ എല്ലാം അവൾക്ക് പരിചയപ്പെടുത്തേണ്ടത് താനല്ലേ എന്നൊക്കെ ചിന്തിച്ചുകൊണ്ട്, ഉച്ചഭക്ഷണത്തിനുശേഷമുള്ള ഇടവേളയിൽ ക്ലാസ്മുറിയുടെ വരാന്തയിലൂടെ നടക്കവെ, ലാവെൻഡർ ചോദിച്ചു. "നിനക്ക് ഈ പരിസരമൊക്കെ ഒന്ന് പരിചയപ്പെടണ്ടേ?"

വേണം, വേണം ഞാനത് അങ്ങോട്ട് പറയാനിരിക്കുവായിരുന്നു. എന്നാൽ നമുക്ക് പോയാലോ? ഷെഹാനയുടെ മറുപടി ലാവെൻഡറിന് കൂടുതൽ ഉത്സാഹം പകർന്നു.

"വാ നിന്നെ ആദ്യം ആൽമരച്ചോട്ടിൽ കൊണ്ടുപോകും" ലാവെൻഡർ ഉത്സാഹപൂർവം വരാന്തയിൽ നിന്നും മുറ്റത്തേക്ക് ചാടി. ഷെഹാന അവളെ പിൻതുടർന്നു.

നടപ്പാതയിലൂടെ അൽപസമയം നടന്ന് അവർ ആൽമരത്തിന്റെ ചുവട്ടിൽ എത്തിച്ചേർന്നു. എണ്ണമറ്റ ശാഖകളും ഉപശാഖകളും അവയിൽ നിന്നും വീണ്ടും ചെറുചില്ലകളും അവയിൽ നിറയെ ഇലകളുമായി വാനിന്റെ കുടയ്ക്ക് തൊട്ടുതാഴെ മറ്റൊരു കുട വിരിച്ചിരിക്കുകയാണാ മാഹാവൃക്ഷം. അതിന്റെ കരുത്തുറ്റ ശിഖരങ്ങളിൽ നിന്നും ഇറങ്ങിവന്ന തടിച്ച വേരുകൾ മണ്ണിലുറച്ച് താങ്ങുകളാവുന്നു. കുറേയേറെ വേരുകൾ മെലിഞ്ഞവയാണ്. അവയൊക്കെ

മരക്കൊമ്പുകളിൽ നിന്നും മണ്ണിന്റെ ഹൃദയത്തിലേക്കുള്ള സ്വപ്നതുല്യമായ തങ്ങളുടെ പ്രയാണത്തിന്റെ പാതിവഴിയിലാണ്. മണ്ണിനെ തൊടുന്ന സമയമാവുന്നതേയുള്ളൂ. വായുവിലങ്ങനെ വള്ളികളായി തൂങ്ങിക്കിടക്കുന്നു. മേലെ തുടുത്ത ആലിൻകായകൾ

അവിടം നന്നേ പിടിച്ചിരിക്കുന്നുവെന്ന് ഷെഹാനയുടെ മുഖത്ത് വിരിഞ്ഞ സുന്ദരമായ മന്ദഹാസം വിളിച്ചറിയിച്ചു. അതുകണ്ടപ്പോൾ ലാവെൻഡറും കൂടുതൽ സന്തോഷവതിയായി.

ഒരു കൊച്ചു പാട്ടു കേട്ടു. അതീവലോലമായ ഒരു സംഗീതം. ലാവെൻഡറും ഷെഹാനയും ഒരേ സമയം മുകളിലേക്ക് നോക്കി. ആൽമരത്തിന്റെ ഇലച്ചാർത്തുകൾക്കിടയിൽ ഒരനക്കം. അൽപ നേരം കാത്തുനിന്നപ്പോൾ പാട്ടുകാരി മെല്ലെ പുറത്തേക്ക് വന്നു.

ഒരു കുഞ്ഞിക്കുരുവി ഇളം നീല നിറത്തിലുള്ള തൂവലുകളിൽ പൊതിഞ്ഞ ചിറകുകൾ മഞ്ഞക്കൊക്കുകളുടെ തുമ്പത്ത് ആലിൻകായ്കളുടെ ചുവപ്പ് പുരണ്ടിരുന്നു.

രണ്ടു കുട്ടികളും നീലക്കുരുവിയെ നോക്കി പുഞ്ചിരിതൂകി.

പെട്ടെന്നാണ് ചാറ്റൽമഴ വന്നണഞ്ഞത്. ആൽമരത്തിന്റെ പച്ചക്കുടയിലെ അദൃശ്യവും ഇടുങ്ങിയതുമായ വിടവുകളിലൂടെ സമർത്ഥമായി നൂണുകടന്ന് ലാവെൻഡറിനെയും ഷെഹാനയെയും നീലക്കുരുവിയെയും തേടിയെത്തിയ മഴത്തുള്ളികൾ നന്നേ കുറവ്.

"ശരി, വാ എനിക്ക് മറ്റുസ്ഥലങ്ങളും കാണണം." ഷെഹാന ആൽമരക്കുടയിൽ നിന്നും പുറത്തിറങ്ങിയിട്ട് തിരിഞ്ഞുനിന്ന് ലാവെൻഡറിനെ നോക്കിക്കൊണ്ട് ഉന്മേഷത്തോടെ പറഞ്ഞു.

തലയാട്ടിക്കൊണ്ട് ലാവെൻഡർ പുറത്തിറങ്ങിച്ചെന്നു.

ഇരുവരും മുന്നോട്ട് നടന്നു. ചാറ്റൽമഴ അവരെ ചെറുതായി നനയ്ക്കുന്നുണ്ടായിരുന്നു. അവരുടെ കോർത്തുപിടിച്ച കരങ്ങളോടാണ് മഴ കൂടുതൽ സ്നേഹം കാട്ടിയത്.

"ഏയ്, നിൽക്ക്" ഷെഹാന പെട്ടെന്ന് നിന്നതറിയാതെ മുന്നോട്ടു നടന്ന ലാവെൻഡറിനെ അവൾ പിടിച്ചുനിർത്തി. ലാവെൻഡറിന് കാര്യം മനസിലായി പൂത്തുലഞ്ഞ ചെമ്പനിനീർച്ചെടികണ്ട് നിന്നതാണ്. അതിന്റെ കാര്യം അവൾ മറന്നു പോയിരുന്നു.

പനിനീർച്ചെടികളുടെ ഇളംപച്ചയിലകളിലും ചുവന്ന വിടർന്ന പുഷ്പങ്ങളുടെ മൃദുലമായ ഇതളുകളിലും തിളങ്ങുന്ന മഴത്തുള്ളികൾ തങ്ങിനിന്നു. കൊച്ചു പൂമൊട്ടുകളുടെ തുറക്കാത്ത വാതിലിലൂടെ

ഉള്ളിൽ കടക്കാനുള്ള മഴയുടെ ശ്രമങ്ങൾ

പെട്ടെന്ന് മണി മുഴങ്ങി ലാവെൻഡറും ഷെഹാനയും പതുക്കെ ക്ലാസ്സുറിയിലേക്ക് നടന്നു.

പോകുന്ന പോക്കിൽ ഷെഹാന ഒന്നു തിരിഞ്ഞുനോക്കിയപ്പോൾ മഴ പൂക്കളുടെ മേൽ താളം പിടിക്കുന്നുണ്ടായിരുന്നു.

11
മാഞ്ഞുപോകുന്ന വർണ്ണാതിർത്തികൾ

ഏതാനും ദിവസങ്ങൾ കടന്നുപോയി. റോസും ജാസ്മിനും ഡാലിയയും ഇപ്പോഴും ലാവെൻഡറിനോടും ഷെഹാനയോടും പിണക്കത്തിലാണ്.

നേരിയ മഴച്ചാറ്റലേറ്റ് നനഞ്ഞ ഒരു സായാഹ്നത്തെ പൊൻവെയിൽ പൊതിഞ്ഞൊരു നേരം. മഴക്കാലം വിട ചൊല്ലുന്ന കാലമായിരുന്നു അത്.

കുട്ടികളൊക്കെ ക്ലാസ്സ്മുറിയിൽ ടീച്ചറില്ലായിരുന്നിട്ടും, അത്ഭുതകരമാംവിധം മൗനത്തിലാഴ്ന്ന് സ്വന്തം ഇരിപ്പിടങ്ങളിലിരുന്ന് എന്തൊക്കെയോ ചിന്തകളിൽ മുഴുകുകയാണ്. ഇത്തരമൊരവസ്ഥ കുസൃതികളുടെ ആസ്ഥാനമായ ആ ക്ലാസ്മുറിയിൽ ഇതാദ്യം.

എന്തോ... ഒരുപക്ഷേ മഴ നനച്ചിട്ട് പോയ ഭൗമഹൃദയത്തെ ഇളവെയിൽ ചെറുചൂടോടെ ചെന്ന് സ്പർശിക്കുന്ന പ്രശാന്തമായ അന്തരീക്ഷമായിരിക്കാം അവരെ നിശബ്ദരും ചിന്താധീനരുമാക്കിയത്.

"ലാനി, നീ മഴവില്ല് കണ്ടിട്ടുണ്ടോ?" ഷെഹാന മൃദുസ്വരത്തിൽ ചോദിച്ചു. ആ ക്ലാസ്മുറിയുടെ ഉൾവശത്തെ പൊതിഞ്ഞുകിടന്നിരുന്ന ഒരു നേർത്ത ചിലന്തിവല പോലത്തെ നിശബ്ദതയെ ഭഞ്ജിക്കാൻ ശേഷിയില്ലാത്തത്രയും ലോലമായിരുന്ന ആ ശബ്ദം അതു കൊണ്ടുതന്നെ ആരും മൗനത്തിൽ നിന്നും ചിന്തകളിൽ നിന്നും ഉണരുകയോ തല ചെരിച്ച് അവളെ നോക്കുകയോ ചെയ്തില്ല.

"ഞാനിതുവരെ ഒരു മഴവില്ല് നേരിട്ട് കണ്ടിട്ടില്ല, ഷെഹാന." ലാവെൻഡറിന്റെ മറുപടിയും നിശബ്ദതയുടെ ഭാഗം തന്നെയായിരുന്നു.

"എന്നാൽ, വാ ഇപ്പോൾ ഒരു മഴവില്ലുണ്ടാകാൻ സാധ്യതയുണ്ട്." ഇത്രയും പറഞ്ഞ് ഷെഹാന സാവധാനം എഴുന്നേറ്റു. ഒച്ചയുണ്ടാക്കാതെ... പതുക്കെ... വളരെ പതുക്കെ... ലാവെൻഡർ അതേ രീതിയിൽ അവളെ പിൻതുടർന്നു.

ക്ലാസ്സ്റൂമിയുടെ മുറ്റത്തു നിന്ന് അവർ മുകളിലേക്കു നോക്കി. മഴയുടെ കട്ടുത്ത ചാരനിറത്തിനുശേഷം അതിവിശാലവും അനന്തവുമായ ആകാശം തെളിഞ്ഞ ഇളംനീലനിറം പ്രാപിച്ചിരുന്നു.

ആ മനോഹരമായ നീലാകാശത്ത് ഒരു മന്ദഹാസം കണക്കെ ചെറുമഴവില്ല് വിരിഞ്ഞുനിന്നു. ഒരിക്കലും തമ്മിൽ ചേരുകയില്ലെന്നു തോന്നിച്ച് മഴയുടെയും സ്വർണ്ണവെയിലിന്റെയും അത്യഗാധമായ സൗഹൃദത്തിന്റെ സമ്മാനമായിരുന്നു അത്. ഓരോ വർണത്തിന്റെയും അതിനടുത്ത വർണത്തിന്റെയും മധ്യത്തിലുള്ള അതിർത്തിയെ ധൈര്യപൂർവ്വം മായ്ച്ചുകളഞ്ഞിട്ട് പരസ്പരം പുണർന്നുകിടക്കുന്ന ഏഴുനിറങ്ങൾ.

പുറകിൽ ഒരു ശബ്ദം കേട്ട് ലാവെൻഡറും ഷെഹാനയും തിരിഞ്ഞു നോക്കി അവരുടെ തൊട്ടുപുറകിലായി മാരിവില്ലിനെ ഉറ്റുനോക്കിക്കൊണ്ട് നിൽക്കുകയാണ് റോസും ജാസ്മിനും ഡാലിയയും. അവർ വാനിൽ നിന്നും കണ്ണെടുത്തിട്ട് പറഞ്ഞു."ഞങ്ങളോട് ക്ഷമിക്ക്" എന്നിട്ട് അവർ ലാവെൻഡറിനെ കെട്ടിപ്പിടിച്ചു, ഷെഹാനയെയും.

12

സിൻഡറെല്ല, മാലാഖ, രാജകുമാരി, ആലിസ്, മന്ത്രവാദിനി

കടുത്ത കരിനീല മഷിക്കുപ്പി രാവിന്റെ പുസ്തകത്താളുകളിൽ പതിച്ച് പൊട്ടിച്ചിതറിക്കഴിഞ്ഞിരുന്നു. ആർക്കും ഒന്നും ചെയ്യാൻ കഴിഞ്ഞില്ല. കരിനീല മഷി സൂര്യനെ മുക്കിത്താഴ്ത്തിക്കളഞ്ഞു. ഇരുളിന്റെ ആ മഷി പടർന്ന് ആകാശം രാത്രിയുടെ സ്വന്തമായിത്തീർന്നു.

ആകാശം രാത്രിയുടെ സ്വന്തമായിത്തീർന്നു. അതിന്റെ വിശാലതയിൽ നറുനിലാവിന്റെ വെൺശോഭ ഒഴുക്കികൊണ്ട് ചന്ദ്രൻ ഉദിച്ചുയർന്നു. ഇരുളിലൂടെ ഒഴുകുന്തോറും ആ പാൽപ്പുഴ വലുതായികൊണ്ടിരുന്നു. അതിനിടയിൽ വെൺമുത്തുകൾ നക്ഷത്രങ്ങളായി വാനിൽ ചിതറിക്കഴിഞ്ഞിരുന്നു.

അത്തരമൊരു രാത്രിയിൽ ഇങ്ങു താഴെ ആ വിദ്യാലയം ആഘോഷത്തിലായിരുന്നു. വിദ്യാലയത്തിന്റെ വാർഷി ദിനമായിരുന്നു അത്. അമ്പതാം വാർഷികാഘോഷം.

എല്ലാ ഇടവും അതിമനോഹരമായി അലങ്കരിക്കപ്പെട്ടിരുന്നു. വർണ്ണക്കടലാസുകൾകൊണ്ട് കുട്ടികൾതന്നെ നിർമ്മിച്ച അസംഖ്യം കൊച്ചു കൊച്ച് രൂപങ്ങളും വർണ്ണ ബലൂണകളും ഇളം കാറ്റേറ്റു വായുവിൽ നൃത്തംവെച്ചു.

സ്കൂൾ ഓഡിറ്റോറിയത്തിന്റെ വേദിയുടെ പുറകിലെ മുറിയിൽ ഒരുക്കങ്ങൾ തകൃതിയായി നടക്കുന്നു. അവിടെ വെച്ചിരിക്കുന്ന

തെളിഞ്ഞ വലിയ കണ്ണാടിയുടെ മുമ്പിൽ നിൽക്കുകയാണ് ഒരു കൊച്ചു സിൻഡറല്ല. നിലംതൊട്ടുകിടക്കുന്ന മിന്നുന്ന ഇളം നീളയുടുപ്പ് സ്ഫടികം കൊണ്ടുള്ള വെട്ടിത്തിളങ്ങുന്ന പാദുകങ്ങൾ തലമുടിയിഴക ളിൽ മുത്തുകൾ.

തൊട്ടടുത്തായി ഒരു കൊച്ചു മാലാഖ നിൽപുണ്ട്. കാൽ മുട്ടുകളെ തൊട്ടുകിടക്കുന്ന തൂവെള്ള നിറമുള്ള ഉടുപ്പ് പുറത്ത് വെച്ച് പിടിപ്പിച്ച വെളുത്ത ചിറകുകൾ. കൈയിൽ ഒരു മന്ത്രവടി.

മാലാഖയുടെ പുറകിൽ ഇറിക്കുകയാണ് ഒരു രാജകുമാരി, ഒരു കൊച്ചു രാജകുമാരി. പാദങ്ങളേയും മറയ്ക്കുന്ന രീതിയിലുള്ള ചുവന്ന സുന്ദരമായ ഉടുപ്പ്. തലയിൽ തിളങ്ങുന്ന ഒരു കിരീടം.

രാജകുമാരിയുടെ അടുത്തിരിക്കുന്നത് ഒരു ആലീസ് തന്നെയാ യിരുന്നു. അത്ഭുത ലോകത്തിലെ ആലീസിനെ പോലെ തന്നെ മുട്ടോളമെത്തുന്ന നീലയും വെള്ളയും ഉടുപ്പും കാലുകളിൽ കറുത്ത വരകളുള്ള വെളുത്ത സ്റ്റോക്കിംഗ്സും കറുത്ത ഷൂസും ധരിച്ച ഒരു കൊച്ച് ആലീസ്.

കുറച്ചപ്പുറത്തായി ചുമരും ചാരി നിൽക്കുന്നത് ഒരു കൊച്ചു മന്ത്ര വാദിനിയായിരുന്നു. കടും നീല നിറമുള്ള നീളൻ ബൂട്സും സ്വർണ്ണ നിറമാർന്ന നക്ഷത്രങ്ങൾ അവിടവിടെ കാണാവുന്ന കടും നീല ഉടുപ്പും തലയിൽ വലിയ കടും നീല കൂർമ്പൻ തൊപ്പിയും ധരിച്ച, കൈയ്യിലൊരു മന്ത്രവടി പിടിച്ച ഒരു നല്ല മന്ത്രവാദിനി.

അവരെ കൂടാതെ വേറെയും ഒത്തിരി പേർ മുറിയുടെയുള്ളിലുണ്ടാ യിരുന്നു. കതക് തുറന്ന് ടീച്ചർ അകത്തേക്ക് വന്നു.

“ലാവെൻഡർ”, ടീച്ചർ കണ്ണാടിക്ക് മുന്നിൽ നിന്നും കൊച്ചുസിൻ ഡറെല്ല ടീച്ചറുടെയടുത്തേക്ക് ചെന്നു.

ടീച്ചർ അവളെ കണ്ട് പുഞ്ചിരിച്ചു.

“ശരിക്കും സിൻഡറെല്ലയെ പോലുണ്ട്!” ടീച്ചർ പറഞ്ഞു. ലാവെൻ ഡറിന്റെ ചുണ്ടുകളിലൂടെ ഒരു ചെറുചിരി മിന്നിമറഞ്ഞു.

“ബാക്കിയെല്ലാരും എവിടെ?”

“ദാ, അവിടെത്തന്നെയുണ്ട്.”

മാലാഖയും രാജകുമാരിയും ആലീസും മന്ത്രവാദിനിയും അങ്ങോ ട്ടെത്തി.

“എന്റെ ദൈവമേ! റോസ്, ഇത് നീയാണോ! മാലാഖയായിരിക്കു ന്നല്ലോ! ഷെഹാനക്കുട്ടിയാണോ ഈ രാജകുമാരി! സുന്ദരിയായിട്ടുണ്ട്.

ആലീസ്, നീ ജാസ്മിനല്ലേ! നീ തിളങ്ങുന്നു! ഡാലിയാ, നീ ശരിക്കും മന്ത്രവാദിനിയാണോ!" ടീച്ചറിനെ ഇത്രയും വിസ്മയം നിറഞ്ഞവളും സന്തോഷവതിയുമാക്കാൻ കഴിഞ്ഞതിൽ അഞ്ച് കുട്ടികൾക്കും സംതൃപ്തി തോന്നി.

ഇപ്പോൾ അവർ നാലാംക്ലാസുകാരാണ്. എട്ടുവയസ്സുകാരികൾ. അഞ്ചുപേരും കൂടി വ്യത്യസ്തമായ ഒരു നൃത്തപരിപാടി അവതരിപ്പിക്കാൻ തയ്യാറെടുക്കുകയാണ്. സിൻഡറെല്ലയും മാലാഖയും രാജകുമാരിയും ആലിസും മന്ത്രവാദിനിയും ചേർന്ന് ഒരു നൃത്തം ചെയ്താൽ എങ്ങനെയിരിക്കും? അതാണവർ ചെയ്യാൻ പോകുന്നത്.

അഞ്ചുപേർക്കും നല്ല പേടിയുണ്ട്. നൃത്തമെങ്ങാനും കുളമായാലോ...

"ദേ, സമയമായി. നിങ്ങളുടെ ഊഴമാണ്!" ടീച്ചറുടെ ധൃതി പിടിച്ച ശബ്ദം അവരെ ചിന്തകളിൽ നിന്നും ഉണർത്തി.

ഉയർന്ന ഹൃദയമിടിപ്പോടെ അഞ്ചു പേരും മടിച്ചുമടിച്ച് വേദിയിലേക്ക് കയറി.

കർട്ടൻ ഉയർന്നു.

പാട്ട് വെച്ചു.

സിൻഡറെല്ലയും മാലാഖയും രാജകുമാരിയും.

ആലിസും മന്ത്രവാദിനിയും വേദിയിൽ നിശ്ചലർ. ഒരു ചുവട് പോലും വെക്കാൻ കഴിയാതെ, മുന്നിലുള്ള വലിയ ആൾക്കൂട്ടത്തെ തുറിച്ച് നോക്കിക്കൊണ്ട് അവർ പകച്ചുനിന്നു.

സമയം കടന്നുപോകുന്നു.

പെട്ടെന്നാണ് ഒരു ശബ്ദം കേട്ടത്. പുറത്ത് മഴ പെയ്യുകയാണ് വസന്തകാലരാവിൽ മഴയോ? ആളുകൾ അത്ഭുതം കൂറി.

എന്നാൽ ആ മഴ എന്തിനാണ് വന്നതെന്നറിയാവുന്ന അഞ്ചുപേർ അവിടെ ഉണ്ടായിരുന്നു. വേദിയിൽ നിശ്ചലരായിപ്പോയ കുട്ടികൾ അവരുടെ മുഖങ്ങളിൽ പുഞ്ചിരി പരന്നു. മഴയുടെ താളം കാതുകളിലെടുത്ത്, മഴയുടെ ഗന്ധം വലിച്ചെടുത്ത് അവർ നൃത്തമാരംഭിച്ചു. കാണികളുടെ ശ്രദ്ധ അവരിലായി. അസാധാരണമായ ചുവടുകൾക്ക് ശേഷം കാണികളെ അഭിവാദ്യം ചെയ്തിട്ട് സിൻഡറെല്ലയും മാലാഖയും രാജകുമാരിയും ആലിസും മന്ത്രവാദിനിയും വേദിയിൽ നിന്നും പിൻവാങ്ങി.

അന്നേ ദിവസം ഏറ്റവുമധികം കൈയടി നേടിയത് ആ നൃത്തമായിരുന്നു.

13
മുല്ലത്തണലിലെ നിദ്ര

ലാവെൻഡർ നടക്കുകയാണ്. നീണ്ടു നീണ്ട് പോകുന്ന ഒരു പാതയിലൂടെ, തനിച്ച്... നീലക്കല്ലുകൾ പാകിയ ഒരു പാത. അവളുടെ ഇടതുവശത്ത് കാട്. വടവൃക്ഷങ്ങളും ചെറുസസ്യങ്ങളും പൊന്തകളിൽ പുഞ്ചിരി പൂത്ത പോലത്തെ കാട്ടുപൂക്കളും തഴച്ചുവളർന്ന് നിൽക്കുന്ന പച്ചപ്പുല്ലും നിറഞ്ഞ മഹാവനം. അവളുടെ വലതുവശത്തോ? അവൾ തല തിരിച്ച് വലതുവശത്തേക്ക് നോക്കി...

ലാവെൻഡർ ഉറക്കം വിട്ടുണർന്നു. അൽപസമയം മുമ്പ് നിറഞ്ഞാടിയ സ്വപ്നത്തെക്കുറിച്ച് ചിന്തിച്ചുകൊണ്ട് അവൾ കിടക്കയിൽ ഇരുന്നു.

അവളിപ്പോൾ അഞ്ചാം ക്ലാസുകാരിയാണ്.

ജനലിനോട് ചേർന്നാണ് അവളുടെ കിടക്ക കിടന്നിരുന്നത്. അവൾ അതിലൂടെ പുറത്തേക്ക് നോക്കി. അവൾ ആദ്യം കണ്ട കാഴ്ച്ച!

മുറ്റത്തെ മുല്ലപ്പടർപ്പ് പൂത്തിരിക്കുന്നു. ആദ്യമായിട്ടാണത് പൂവിട്ടുന്നത്.

ലാവെൻഡർ പുതപ്പ് വലിച്ചുമാറ്റി, കിടക്കയിൽ നിന്നും ചാടിയിറങ്ങി കട്ടിലിന്റെ കാലിനോട്ടു ചേർന്ന് അമീഗോ കിടക്കുന്നു. മഞ്ഞ് പോലെ വെളുത്ത ഒരു വലിയ സുന്ദരൻ നായ.

അമീഗോ പാതിമയക്കത്തിലാണ്. ലാവെൻഡറിനെക്കണ്ട്

അവൻ ആശയക്കുഴപ്പത്തോടെ തലയുയർത്തി നോക്കി.

ആ നോട്ടത്തിന്റെ അർത്ഥം ലാവെൻഡറിനറിയാമായിരുന്നു. അവർ തല ചെരിച്ച് ചുമരിലെ ക്ലോക്കിനുനേരെ നോക്കി. സമയം അഞ്ചേ മുക്കാലാവുന്നതേയുള്ളൂ. ലാവെൻഡർ നേരെ പുറത്തേക്ക് നടന്നു. ഒന്ന് കോട്ടുവായിട്ടുകൊണ്ട് എഴുന്നേറ്റിട്ട് ഒന്ന് മൂരിനിവർന്ന തിനുശേഷം അമീഗോ അവളെ അനുഗമിച്ചു.

ഇരുവരും മുറ്റത്തിറങ്ങി. മഞ്ഞുകാലമായിരുന്നതിനാലും പുലർ ച്ചെയായിരുന്ന തിനാലും നല്ല കുളിരുണ്ട്. നിലത്താകെയുള്ള പുൽ ക്കൊടികളിൽ തിളങ്ങിനിൽക്കുന്ന തണുതണുത്ത മഞ്ഞുതുള്ളികളെ തട്ടിത്തെറിപ്പിച്ചുകൊണ്ട് അവർ മുന്നിലേക്ക് നടന്നു.

മുല്ലപ്പടർപ്പ് അടിമുടി പൂത്തുലഞ്ഞു നിന്നുകൊണ്ട് അവരെ വരവേറ്റു. തിങ്ങിനിറഞ്ഞ കരിംപച്ചയിലകളിൽ, കഴിഞ്ഞുപോയ രാത്രി ബാക്കിവെച്ചിട്ടുപോയ അനേകമനേകം വെൺതാരകങ്ങളാണോ അങ്ങനെ ഇളംകാറ്റിൽ തലയിളക്കുന്നത്?

ലാവെൻഡർ മിഴികൾ പൂട്ടി, പൂക്കളുടെ വാസന അകത്തേക്ക് വലിച്ചെടുത്തു. മനസിന് കുളിർമ നൽകുന്ന, ഹൃദയത്തെ സന്തോഷി പ്പിക്കുന്ന സുഗന്ധം.

ലാവെൻഡർ കൈകൾ നീട്ടി പൂക്കൾ പറിച്ചെടുത്തു. ഒന്നുരണ്ടെ ണ്ണം പറിച്ചിട്ട് അഴിഞ്ഞുലഞ്ഞ് കിടക്കുന്ന മുടിയിഴകളിൽ തിരുകി.

"എങ്ങനെയുണ്ട്, അമീഗോ?" അവൾ അമീഗോയ്ക്ക് മുഖം കൊടുത്തു.

അവനൊന്ന് മുരണ്ടു.

"എന്താ? നിനക്കും വേണമെന്നാണോ" ലാവെൻഡർ ഏതാനും വെളുത്ത പൂക്കൾ കൂടി ഇറുത്തെടുത്ത് നായയുടെ ചെവികൾക്കിട യിലെ പതുപതുത്ത രോമങ്ങളിൽ ചൂടി.

ലാവെൻഡറിന്റെ കറുത്ത മുടിയും അമീഗോയുടെ വെളുത്ത രോമ ങ്ങളിലും മുല്ലപ്പൂക്കൾ ചിരിച്ചുനിന്നു.

അൽപമകലെയായി സുപരിചിതമായ ആ നീണ്ട കരച്ചിൽ കേൾക്കുന്നുണ്ടല്ലോ... പുലരിവെട്ടത്തിന്റെ ശാന്തിയിലൂടെ ഒരു വെളുത്ത ആട്ടും അവളുടെ അമ്മയായ മുത്തശ്ശിയാട്ടും നടന്നു വരുന്നു.

"ഓ ലില്ലിയും സിൻഡിയും, ലാവെൻഡറിന് അത്ഭുതം അടക്കാ നായില്ല" നിങ്ങളെന്താ ഈ വഴിക്ക്? അവളും അമീഗോയും ചേർന്ന് ലില്ലിയെയും സിൻഡിയെയും മുല്ലച്ചോട്ടിൽ സ്വീകരിച്ചിരുത്തി.

ലാവെൻഡർ ഇരുവർക്കും പൂ ചൂടിക്കൊടുത്തു.

ലില്ലി നല്ല ഉറക്കച്ചടവിലാണെന്നത് ലാവെൻഡറിനെ അസ്വസ്ഥയാക്കുന്നുണ്ടായിരുന്നു. അതു മാറ്റാനെന്നോണം പെട്ടെന്ന് ചാടിയെഴുന്നേറ്റിട്ട് അവൾ നിറഞ്ഞ ഉത്സാഹത്തോടെ പറഞ്ഞു: "വാ നമുക്ക് തുള്ളിക്കളിക്കാം!"

മുല്ലപ്പടർപ്പിനു ചുറ്റായി, ലാവെൻഡറും അമീഗോയും സിൻഡിയും തുള്ളിക്കളിച്ചപ്പോഴും ലില്ലി എഴുന്നേൽക്കാൻ കൂട്ടാക്കിയില്ല.

ലാവെൻഡർ കൂടുതൽ അസ്വസ്ഥതയോടെ കളി നിർത്തിയിട്ട് ലില്ലിയുടെ അരികത്ത് ചെന്നിരുന്നു. സങ്കടത്തോടെ അവൾ പ്രിയപ്പെട്ട ആ മുത്തശ്ശിയാടിന്റെ തല സ്വന്തം മടിയിൽ വെച്ചു.

അമീഗോയും സിൻഡിയും മിഴിഞ്ഞ കണ്ണുകളോടെ ലാവെൻഡറിനെയും ലില്ലിയെയും സസൂക്ഷ്മം നിരീക്ഷിച്ചുകൊണ്ട് അവർക്കഭിമുഖമായി ഇരുന്നു.

മുല്ലത്തണലിൽ തന്റെ മടിയിൽ തലവെച്ചു കിടക്കുന്ന ലില്ലിയെ ലാവെൻഡർ തലോടി. ലില്ലി കണ്ണുകളടച്ചു. ഇനിയൊരിക്കലും തുറക്കില്ല എന്നവൾക്കറിയാമായിരുന്നു.

14
മത്സ്യമോഹം

ആറാം ക്ലാസിൽ പഠിക്കവേയായിരുന്ന ലാവെൻഡർ ആ സിനിമ കണ്ടത്. ഒരു ക്ലൗൺഫിഷ് പ്രധാന കഥാപാത്രമായി വരുന്ന സിനിമ.

കണ്ടുകഴിഞ്ഞപ്പോൾ ലാവെൻഡറിന് ആ മീനിനോട് അതിയായ സ്നേഹം തോന്നി. ക്ലൗൺഫിഷ് അഥവാ കോമാളിമത്സ്യം. തെളിഞ്ഞ ഓറഞ്ചുനിറമുള്ള പൂമേനിയിൽ വണ്ണമുള്ള വെളുത്ത വരയുള്ള മത്സ്യങ്ങൾ.

"അമ്മേ, എനിക്ക് വളർത്താൻ ഒരു ജീവിയെ വേണമായിരുന്നു...." പരുങ്ങിക്കൊണ്ടാണ് ലാവെൻഡർ അമ്മയുടെ മുന്നിൽ കാര്യമവതരിപ്പിച്ചത്.

"വളർത്താനൊരു ജീവിയോ? അതിപ്പോൾ നിനക്ക് അമീഗോയില്ലേ?" വായിക്കുന്ന പുസ്തകത്തിൽ നിന്നും കണ്ണുയർത്താതെ അമ്മ ഗൗരവത്തോടെ പറഞ്ഞു.

"അല്ല, അതല്ല" ലാവെൻഡർ തിരക്കിട്ട് പറഞ്ഞു.

"പിന്നെ ഏതാണാവോ?"

"ഒരു വളർത്തുമീൻ.." ലാവെൻഡർ പരുങ്ങി.

"മീനോ? മറുചോദ്യമെറിഞ്ഞുകൊണ്ട് അമ്മ അവളെ നോക്കി.

"ഒരു ക്ലൗൺഫിഷ്, അമ്മേ, കോമാളിമത്സ്യം" ലാവെൻഡർ പറഞ്ഞു.

"മ്... ഇനിയിപ്പോ അതിന്റൊരു കുറവും കൂടിയേയുള്ളൂ. മര്യാദയ്ക്ക് അമീഗോയെയും താലോലിച്ചുകൊണ്ടിരുന്നോ" അമ്മ പുസ്തകത്തി ലേക്ക് മടങ്ങി.

ലാവെൻഡർ നിരാശയോടെ മുറിയിലേക്ക് ചെന്നു. അമീഗോ അവളെ പിൻതുടർന്നു.

ലാവെൻഡർ കിടക്കയിൽ കയറിയിരുന്നു. അമീഗോയും. അവന്റെ മൃദുവായ രോമങ്ങളിൽ തല ചായ്ച്ച് കിടന്നിട്ട് അവൾ ദീർഘമായി നിശ്വസിച്ചു.

അവൾ ദുഖിതയായിരുന്നു.

"അമീഗോ, നിനക്കറിയാമോ? നമുക്കൊപ്പം ഒരു കോമാളിമത്സ്യം കൂടി വന്നാൽ എന്ത് രസമായിരിക്കും നീയൊന്ന് ആലോചിച്ച് നോക്കിയേ എന്നും നമ്മളിവിടിരുന്ന് കളിക്കാറില്ലേ? അന്നേരം നമ്മു ടെയൊപ്പം ഒരു ചില്ലുപാത്രവും അതിനകത്തൊരു സുന്ദരിമീനും കൂടി യുണ്ടെങ്കിലോ? നമ്മൾ എന്നും രാവിലെ നടക്കാൻ പോകാറില്ലേ? അന്നേരം എന്റെ കൈയിലൊരു ചില്ലുപാത്രവും അതിൽ ഒരു സുന്ദരി മീനും കൂടിയുണ്ടെങ്കിലോ? നമ്മൾ പുസ്തകം വായിക്കുമ്പോഴും അവള ങ്ങനെ കൂടെയുണ്ടെങ്കിലോ? ങ്ആ... പറഞ്ഞിട്ടെന്താ... ഏതായാലും നമുക്കിപ്പോൾ കിടന്നുറങ്ങാം."

15
നിഹ

ഏഴാം ക്ലാസുകാരിയായ ലാവെൻഡറിന്റെ പന്ത്രണ്ടാം ജന്മദിനമായിരുന്നു അത്.

സ്കൂളിൽ പോകുന്നതിന് മുമ്പായി ലാവെൻഡർ പിറന്നാളുടുപ്പിട്ടു. ലാവെൻഡർ പുഷ്പങ്ങളുടെ നിറമുള്ള ഉടുപ്പ്. ആ വയലറ്റ് കലർന്ന പ്രത്യേകമായ നീല നിറം. പിന്നെ തലയിൽ നീല അലങ്കാരങ്ങൾ, കൈകളിൽ നീല വളകൾ, കഴുത്തിൽ നീല മാല... ഒരു നീലപ്പാദസരം മാത്രമില്ല. അവൾ ഓരോന്ന് ചിന്തിച്ചുകൊണ്ട് സ്വീകരണമിറിയിലേക്ക് വന്നു.

ലാവെൻഡർ, അമ്മ, അച്ഛൻ, അമീഗോ എന്നിവരായിരുന്നു കേക്ക് മുറിക്കലിൽ പങ്കെടുത്തത്. അവൾ കേക്ക് മുറിച്ചു. ഏതാനും കക്ഷണം കേക്ക് കഴിച്ചിട്ട് അവൾ ഒന്ന് ക്ലോക്കിലേക്ക് നോക്കി. എന്നിട്ട് വേഗം അൽപം ധൃതിയോടെ സ്കൂൾ ബാഗെടുത്ത് തോളത്തിട്ടു. അമ്മയോടും അച്ഛനോടും യാത്ര പറഞ്ഞ്, സ്കൂൾ കവാടം വരെ ഒപ്പം വരാറുള്ള അമീഗോയുടെ കൂടെ പുറത്തേക്ക് നടന്നു. വരാന്തയിൽ നിന്ന് താഴോട്ടിറങ്ങാൻ തുടങ്ങുമ്പോഴാണ് ഒരു കള്ളച്ചിരിയോടെ അമ്മ ചോദിച്ചത് "നിനക്കുള്ള പിറന്നാൾ സമ്മാനം വേണ്ടേ?"

ലാവെൻഡർ തിരിഞ്ഞു നിന്നിട്ട് അമ്മയെയും അച്ഛനെയും മാറിമാറി നോക്കി രണ്ടുപേരുടെയും മുഖത്ത് കുസൃതിച്ചിരി.

"അപ്പുറത്തെ മുറിയിൽ പോയി നോക്ക്" അമ്മ പറഞ്ഞു.

ലാവെൻഡർ അകത്തേക്ക് കയറിപ്പോയി അപ്പുറത്തെ മുറിയുടെ വാതിൽക്കലെത്തിയപ്പോൾ അവൾ നിന്നു.

അവിടത്തെ മേശപ്പുറത്ത് ഒരു വലിയ, ഉരുണ്ട ചില്ലുബൗൾ. അതിനകത്ത് വെള്ളം. അടിത്തട്ടിൽ കുറച്ച് വെള്ളാരക്കല്ലുകൾ. ആ വെള്ളത്തിൽ ഒരു കോമാളിമത്സ്യം നീന്തിത്തുടിക്കുന്നു.

അന്നേ ദിവസം മുഴുവനും പിന്നെ ലാവെൻഡറിന്റെ തലയിൽ മത്സ്യചിന്തയും മുഖത്ത് ചിരിയുമല്ലാതെ മറ്റൊന്നുമുണ്ടായിരുന്നില്ല.

അവൾ തന്റെ പുതിയ മത്സ്യക്കൂട്ടുകാരിക്ക് നിഹ എന്ന് പേരുനൽകി.

പിന്നീടുള്ള ദിവസങ്ങൾ ലാവെൻഡറിന്റേതും അമീഗോയുടേതും മാത്രമായിരുന്നില്ല. നിഹയുടേതുകൂടിയായിരുന്നു.

ആദ്യം കുറച്ചുനാൾ അമീഗോ അതിൽ പ്രതിഷേധിച്ചുവെങ്കിലും ലാവെൻഡറിന്റെ സ്നേഹം കണ്ട് അവനും നിഹയെ സ്നേഹിച്ചു തുടങ്ങി.

ലാവെൻഡറും അമീഗോയും മുറിയിലിരുന്ന് കളിക്കുമ്പോൾ അരികത്തായി ആ ചില്ലുബൗൾ വെച്ചിട്ടുണ്ടാകും.

അവർ പ്രഭാതനടത്തത്തിനിറങ്ങുമ്പോഴും അവളുടെ കൈയിൽ ചില്ലുബൗളും നിഹയുമുണ്ടാകും.

അവൾ പുസ്തകവായനയിൽ മുഴുകിയിരിക്കുമ്പോൾ (വായിക്കുന്നതായി അഭിനയിച്ചുകൊണ്ട് അമീഗോ എപ്പോഴും ഒപ്പമുണ്ടാകും) നിഹയും അരികിലുണ്ടാകും

അങ്ങനെയങ്ങനെ ലാവെൻഡറിന്റെ ദിനങ്ങൾ ഒരു നായയുടെ പതുപതുത്ത പാദങ്ങളാലുള്ള സ്നേഹസ്പർശത്തിനൊപ്പം ഒരു ചെറുമീനിന്റെ കുളിരും നിറവുമുള്ള ആർദ്രമായ ചിറകിളക്കങ്ങൾ കൂടിയുള്ളതായിതീർന്നു.

16
പഞ്ചാരദ്വീപിൽ

തന്റെ ജീവിതത്തിലേക്കുള്ള നിഹയുടെ കടന്നുവരവിനെക്കുറിച്ച് ഓർത്തപ്പോൾ പിന്നീടുണ്ടായ അസാധാരണസംഭവങ്ങളെല്ലാം ലാവെൻഡറിന്റെ മനസിലേക്ക് കുടിക്കുഴഞ്ഞ നിലയിൽ തള്ളിക്കയറി വന്നു. ആ അവധിക്കാലത്ത് എങ്ങനെയൊക്കെയാണ് ജീവിതം മാറിപ്പോയത്.

ലോകത്തിലെ ഏറ്റവും വലിയ പവിഴപ്പുറ്റു നിരയായ ഗ്രേറ്റ് ബാരിയർ റീഫിനോടുരുമ്മിക്കിടക്കുന്ന ടോറസ് സ്ട്രെയിറ്റ് എന്നൊരു ദ്വീപുണ്ടത്രേ.

അവിടത്തേക്കാണ് അവധിയാഘോഷിക്കാൻ അച്ഛനമ്മമാർ ലാവെൻഡറിനെ കൊണ്ടുപോയത്. അവളെ ത്തന്നെ അത്ഭുതപ്പെടുത്തിക്കളഞ്ഞു അത്രയേറെ ദൂരത്തേക്കുള്ള ആ യാത്ര.

ദ്വീപാണെങ്കിൽ ലാവെൻഡറിന് നന്നേ പിടിച്ചു. കഷ്ടപ്പെട്ടിട്ടാണെങ്കിലും അമീഗോയെയും നിഹയെയും ഒപ്പം കൊണ്ടുവന്നിരുന്നു.

ദ്വീപിലെ ആദ്യദിനങ്ങൾ ലാവെൻഡറിനെ സംബന്ധിച്ചിടത്തോളം അത്ഭുതലോകത്തിലെ ആലിസിന്റെ അനുഭവങ്ങൾ കണക്കെയുള്ളതായിരുന്നു.

രാവിലെയോ വൈകുന്നേരമോ നട്ടുച്ചയ്ക്കോ രാത്രിയിലോ... എപ്പോൾ വേണമെങ്കിലും കടലോരത്ത് ചെന്നിരിക്കാം. ആ പഞ്ചാരമണലിൽ പൊട്ടിച്ചിരിച്ചുകൊണ്ട് ഓടിക്കളിക്കാം.

ഓരോ ദിവസവും ലാവെൻഡർ കൗതുകത്തോടെ ഓരോ പുതിയ കാര്യങ്ങൾ പരീക്ഷിച്ചു.

ഒരു ദിവസം അവൾ ഓരോ നീലത്തിരയോടും കിന്നാരം ചൊല്ലിക്കൊണ്ട് തീരത്തുടെ അങ്ങോളമിങ്ങോളം നടന്ന് ശംഖുകൾ ശേഖരിച്ചു. കിട്ടാവുന്നത്ര... ഇത്രയധികം കിട്ടുമെന്ന് കരുതിയിരുന്നില്ല. അതുകൊണ്ട് പെറുക്കിക്കൂട്ടിയവയെല്ലാം മണലിൽ കൂട്ടിയിട്ടു. ശംഖുകളുടെ ഒരു കൂമ്പാരമാണവിടെ ഉയർന്നത്. പല വലുപ്പത്തിലും നിറത്തിലുമുള്ളവ. അവയിലോന്നിന്റെയുള്ളിലും ഓരോ കടലുണ്ടായിരുന്നു. ഒരിക്കലും കണ്ണുകൾക്ക് മുന്നിൽ പ്രത്യക്ഷപ്പെടാതെ സംഗീതം എപ്പോഴും തന്ന് മോഹിപ്പിക്കുന്നതാണ് ശംഖിലെ കടലുകൾ. ഓരോ ശംഖിലെ കടലിനും ഓരോ ഭാവം ചിലത് ചെവിയോട് ചേർത്ത നേരം കേട്ടത് സന്തോഷം തുടിക്കുന്ന സംഗീത വീചികൾ. ചിലതിൽ കോപം കൊണ്ട് വിറയ്ക്കുന്ന ഉഗ്ര ഗർജനങ്ങൾ ചിലതിൽ മിഴികളെ ഈറനണിയിക്കുന്ന ശോകഗാനങ്ങൾ. ചിലതിലാണെങ്കിൽ ആരെയും ഒന്നുറക്കാൻ പോന്ന മധുരവും വാത്സല്യവും കിനിഞ്ഞിറങ്ങുന്ന താരാട്ടുകൾ.

പിന്നീടൊരു ദിവസം ലാവെൻഡർ മണൽക്കൊട്ടാരങ്ങൾ കെട്ടി മണൽമാലാഖമാരെ നിർമ്മിച്ചു.

വേറൊരു ദിവസം ലാവെൻഡർ കടലിനോട് ചേർന്ന് നിന്ന് തിരകൾക്ക് സ്വയം വിട്ടുകൊടുത്തു. ആ നീലത്തിരകളെ പാഞ്ഞുവന്ന് പുണരാനും, വിരിച്ചുപിടിച്ചിരിക്കുന്ന കൈകൾ തട്ടി ഒരായിരം വെൺമുത്തുകളായി പൊട്ടിച്ചിതറുവാനും ആ വിശിഷ്ടവും മായികവുമായ കുളിരിനാൽ പൊതിയുവാനും, സ്നേഹനിർഭരമായ സംഗീതത്താൽ ഹൃദയത്തെ പൂവണിയിക്കുവാനും അവൾ അനുവദിച്ചു

നാലാം ദിവസമായിരുന്നല്ലോ അത് സംഭവിച്ചത്. എല്ലാം മാറ്റിമറിച്ചുകൊണ്ട് അപ്രതീക്ഷിതമായി ഒരാൾ കടന്നുവന്നത്... ലാവെൻഡർ ഓർത്തു.

17
കടലിന്റെ പുത്രി

ഈ ഒരു തെളിഞ്ഞ പ്രഭാതമായിരുന്നു അത്. ലാവെൻഡറും അമീഗോയും തീരത്തു നിന്ന് തിരകളോടൊത്തു നൃത്തം ചെയ്യുകയായിരുന്നു. നിഹയുടെ ചില്ലുബൗൾ അവരുടെ കാൽ തട്ടാതെ അൽപം അകലത്ത് സുരക്ഷിതമായി മണലിൽ വെച്ചിരുന്നു.

തുള്ളിക്കളിക്കുന്നതിനിടയിൽ ലാവെൻഡർ അത് കണ്ടു. ഒരു രൂപം നടന്നു വരുന്നു. അവിടെയുണ്ടായിരുന്ന ഇലച്ചാർത്തുകളുടെ നിഴലിൽ നിന്നും പുറത്തുകടന്ന് അത് പൂർണമായും സൂര്യപ്രകാശത്തിലേക്ക് അടിവെച്ചപ്പോൾ അതൊരു പെൺകുട്ടിയാണെന്ന് മനസിലായി. കടുനീല നിറത്തിലുള്ള കണ്ണുകൾ. അഴിച്ചിട്ടിരിക്കുന്ന ചുവന്ന തലമുടി കടൽക്കാറ്റിൽ പാറിക്കളിക്കുന്നുണ്ടായിരുന്നു.

പെൺകുട്ടി നടന്നുവന്ന്, കുനിഞ്ഞിട്ട് നിഹയെ വാത്സല്യത്തോടെ നോക്കി. ആ നീലക്കണ്ണുകളിൽ സ്നേഹം വഴിഞ്ഞൊഴുകുന്നതായി തോന്നി. അവൾ ചില്ലുബൗളിനടുത്ത് മുട്ടുകുത്തിയിരുന്ന് അതിനെ പതുക്കെ തലോടി. എന്നിട്ട് എഴുന്നേറ്റു. മുഖമുയർത്തി ലാവെൻഡറിനെ നോക്കി. ലാവെൻഡർ ചിരിക്കാൻ തുനിഞ്ഞു. എന്നാൽ ആ പെൺകുട്ടിയുടെ കണ്ണുകളിലെ തീക്ഷ്ണത അവളെ അമ്പരപ്പിച്ചുകളഞ്ഞു. അതവളെ അസ്വസ്ഥയാക്കി. പെൺകുട്ടി ജ്വലിക്കുന്ന കണ്ണുകൾ കൊണ്ട് ലാവെൻഡറിനെ ഒന്ന് തറപ്പിച്ചു നോക്കിയിട്ട് പിൻതിരിഞ്ഞ് ഇലച്ചാർത്തിനപ്പുറത്തേക്ക് മറഞ്ഞു.

ആ നിശ്ചലാവസ്ഥയിൽ നിന്നും മുക്തി നേടി, ലാവെൻഡർ ഓടിച്ചെന്നു. ഇലച്ചാർത്ത് വകഞ്ഞുമാറ്റി അപ്പുറത്ത് ചെന്ന് നോക്കി. അവിടെ ആരും ഇല്ലായിരുന്നു.

ഏതായാലും ലാവെൻഡറിന് എന്തോ ഒരു പന്തികേട് തോന്നി. അവൾ ചില്ലുബൗളിനടുത്തേക്ക് ചെന്നു.

"വാ അമീഗോ. നമുക്ക് പോവാം" അവൻ നിഹയെയുമെടുത്ത് അമീഗോയുടെയൊപ്പം നടന്നകന്നു.

അന്നേ ദിവസം രാത്രി ലാവെൻഡർ വീണ്ടും തീരത്ത് ചെന്നു. മണലിൽ ശാന്തിയോടെ ഇരുന്നു. ഇടതുവശത്ത് അമീഗോ. വലതു വശത്ത് നിഹ.

അങ്ങനെയിരുന്നപ്പോൾ തിരകൾക്കിടയിൽ ആരോ ഉള്ളതായി തോന്നി. ഏയ്... ആരുണ്ടാവാനാ! തനിക്ക് വെറുതെ തോന്നിയതാവും. ലാവെൻഡർ മുഖം തിരിച്ചു.

പക്ഷേ ആ ചിന്ത അവളെ വിടാതെ പിടികൂടിക്കഴിഞ്ഞിരുന്നു. അവൾ കണ്ണുകൾ ചെറുതാക്കി, സൂക്ഷിച്ചു നോക്കി.

തിരകൾക്കിടയിൽ ആരോ നിൽക്കുന്നുണ്ടായിരുന്നു. വൈകാതെ ആ രൂപം തീരത്തേക്ക് കയറി വന്നു. അത് രാവിലെ കണ്ട പെൺകുട്ടിയായിരുന്നു.

അവൾ നടന്നുവരുകയും ലാവെൻഡറിന് അഭിമുഖമായി മുട്ടുകുത്തിയിരിക്കുകയും ചെയ്തു. അവൾ പുഞ്ചിരിച്ചു. ലാവെൻഡറും.

അപരിചിത ഒരു കൈ നീട്ടിക്കൊണ്ട് പറഞ്ഞു. "ലാംബ".

അതവളുടെ പേരാണെന്ന് മനസിലാക്കിയ ലാവെൻഡർ ആ നനഞ്ഞ കൈ പിടിച്ചുകുലുക്കിക്കൊണ്ട് പറഞ്ഞു."ലാവെൻഡർ."

അവിടെ ഒരു വിചിത്രമായ സൗഹൃദം ഉടലെടുത്തു.

ലാംബ എവിടത്തുകാരിയാണെന്ന് മാത്രം അവൾ വെളിപ്പെടുത്തിയിരുന്നില്ല.

ഒരു പക്ഷേ ലാവെൻഡറിനെ പോലെ അവധിയാഘോഷിക്കാൻ വന്നതാവാം അല്ലെങ്കിൽ ദ്വീപുകാരിയാവും ... അതുമല്ലെങ്കിൽ ...

18
സന്ധ്യയെ വിഴുങ്ങുന്നത്

ലാംബയുമായുള്ള സൗഹൗദത്തിനുശേഷമുണ്ടായ സംഭവങ്ങൾ ലാവെൻഡറിന്റെ മനസിലേക്ക് ഓടിവന്നു.

അതൊരു സന്ധ്യയായിരുന്നു ആകാശത്ത് മഞ്ഞ, ഓറഞ്ച്, ചുവപ്പ് വർണ്ണങ്ങൾ കൂടിക്കലർന്ന് ഒരു മായക്കാഴ്ച്ചയൊരുക്കിയിരുന്നു. സൂര്യൻ ചുവന്നുപാകമായ ഒരു കനിയായി കടലിലമർന്നു തുടങ്ങിയിരുന്നു. ലാബൻഡറും ലാംബയും കടലിനഭിമുഖമായുള്ള മണൽപരപ്പിൽ ഇരിക്കുകയായിരുന്നു അമീഗോയും നിഹയും ഒപ്പമുണ്ടായിരുന്നു. ലാംബ നിഹയുടെ ചില്ലുബൗളിനരികത്തായി മണലിൽ കമിഴ്ന്നുകിടന്നു. കൈ കൊണ്ട് അതിനെ പതുക്കെ തലോടി.

കോമാളിമത്സ്യങ്ങൾ കൂട്ടങ്ങളായി ജീവിക്കുന്നത് ഗ്രേറ്റ് ബാരിയർ റീഹിലെ പവിഴപ്പുറ്റുകൾക്കിടയിലാണെന്ന് അറിയാമോ, ലാവെൻഡർ ലാംബ നിഹയുടെ മേൽ നിന്നും കണ്ണെടുക്കാതെ ചോദിച്ചു.

“ങാ, എവിടെയോ വായിച്ചിട്ടുണ്ട്” ലാവെൻഡർ മറുപടി നൽകി.

കോമാളിമത്സ്യങ്ങളാണ് ഇവിടത്തെ ജീവന്റെ തുടിപ്പ് എന്നറിയാമോ?

“മ്... എന്തു ചോദ്യമായിത്, അതും പിന്നെ അങ്ങനെത്തന്നെ ആയിരിക്കുമല്ലോ!

“കോമാളിമത്സ്യങ്ങൾ അപ്രത്യക്ഷമാവുകയാണെന്നറിയാമോ, ലാവെൻഡർ?”

"ലാംബ? നീ - നീ എന്താ ഉദ്ദേശിക്കുന്നത്?"

"അത് നിനക്ക് മനസിലായില്ലാ?"

"എങ്ങനെ മനസിലാവാനാ, ലാംബ? ഈ കോമാളിമത്സ്യങ്ങളൊക്കെ എങ്ങനെ അപ്രത്യക്ഷമാവാനാ? എങ്ങോട്ട് പോവാനാ?"

"നിന്റെ ചില്ലുബൗളുപോലെ ലോകത്ത് എത്രയെത്ര ബൗളുകൾ ... അവയിലേക്കൊക്കെ പിടിക്കപ്പെടുന്ന കോമാളിമത്സ്യങ്ങൾ..."

"ലാംബാ"

"ഇങ്ങനെയൊക്കെ നടക്കുന്നതിനാൽ സംഭവിക്കുന്നതെന്താണെന്നറിയാമോ, ലാവെൻഡർ?"

"ലാംബ? ലാംബ?"

"പവിഴപ്പുറ്റുകൾ ഇല്ലാതായിക്കൊണ്ടിരിക്കുകയാണെന്നറിയാമോ ലാവെൻഡർ?"

"ലാംബ, ദയവായി-"

"ഗ്രേറ്റ് ബാരിയർ റീഫ് മരിച്ചുക്കൊണ്ടിരിക്കുകയാണെന്നറിയാമോ, ലാവെൻഡർ?"

"ലാംബ ഒന്നു നിർത്താമോ?"

"അസ്വസ്ഥത തോന്നുന്നുണ്ടല്ലേ?"

"ലാംബ ദയവായി എന്നെയൊന്ന് ഒറ്റയ്ക്ക് വിടാമോ?"

ലാവെൻഡർ മണലിൽ നിന്നും ചാടിയെഴുന്നേറ്റ് ധൃതിയിൽ നടന്നകന്നു. രാത്രി സന്ധ്യയെ വിഴുങ്ങിക്കഴിഞ്ഞിരുന്നു.

19
വർണ്ണലോകം

ആ സംഭവം നടന്നത് ഇന്നലെയായിരുന്നു. ആ വിചിത്രവും അസ്വസ്ഥത ഉണ്ടാക്കുന്നതുമായ സന്ധ്യയും പിന്നാലെ കടന്നുവന്ന ഉറക്കമില്ലാത്ത രാത്രിയും ശേഷമുള്ള അടുത്ത ഈ ചുവന്ന സന്ധ്യയിൽ ലാവെൻഡർ ഇവിടെ തീരത്തുള്ളൊരു പാറപ്പുറത്തിരുന്ന് എല്ലാം ഓർക്കുകയായിരുന്നു.

ഓർമകൾ അവസാനിപ്പിച്ച് മനസിനെ മറ്റെന്തിലേക്കെങ്കിലും തിരിച്ചുവിടാൻ ശ്രമിച്ചെങ്കിലും ലാവെൻഡറിന്റെ കണ്ണുകൾ വീണ്ടും വീണ്ടും നിറഞ്ഞുതുളുമ്പി ക്കൊണ്ടിരുന്നു.

ലാംബ പറഞ്ഞത് കേട്ട് ലാവെൻഡർ ഇന്നലെ രാത്രി ഇന്റർനെറ്റിൽ സെർച്ച് ചെയ്ത് നോക്കിയിരുന്നു. ലാംബ പറഞ്ഞതെല്ലാം സത്യം തന്നെയായിരുന്നു. വളർത്തുമീനുകളായി ഒരുപാടൊരുപാട് പേർ കോമാളിമത്സ്യങ്ങളെ വാങ്ങാൻ തുടങ്ങി. ഗ്രേറ്റ് ബാരിയർ റീഫിൽ നിന്നൊക്കെയാണ് അവയെ വിൽക്കാനായി പിടി കൂടുന്നത്. എല്ലാം താറുമാറായിക്കൊണ്ടിരിക്കുന്നു.

ഇതിനൊക്കെ അവസരമൊരുക്കുന്നവരിൽ ഒരാളാവാൻ ലാവെൻഡറിന് ആഗ്രഹമില്ല. പക്ഷേ നിഹ.... നിഹ അവൾക്ക് അത്രമേൽ പ്രിയപ്പെട്ടതായിരുന്നു. ഒരിക്കലും ആർക്കും വിട്ടുകൊടുക്കാൻ പറ്റാത്തത്രയും പ്രിയപ്പെട്ടത്.

ആരോ ലാവെൻഡറിന്റെ തോളത്ത് സ്പർശിച്ചു. ലാവെൻഡർ മുഖം

തിരിച്ച് നോക്കി. അവൾക്ക് പിന്നിൽ ഒരു നറുമന്ദഹാസത്തോടെ ലാംബെ നിൽക്കുന്നു.

ലാംവെൻഡർ തിരക്കിട്ട് കണ്ണ് തുടച്ചു.

"അയ്യോ... ലാവെൻഡർ കരയുവാണോ?" ലാംബ ചോദിച്ചു.

ലാവെൻഡർ ഉത്തരം പറഞ്ഞില്ല.

"എഴുന്നേറ്റേ. എഴുന്നേറ്റേ, ലാവെൻഡർ വാ നമുക്ക് കളിക്കാം . അപ്പോൾ നീ താനേ സന്തോഷവതിയായിക്കൊള്ളും. വാ.." ലാംബ ലാവെൻഡറിനെ കൈ പിടിച്ചെഴുന്നേൽപ്പിച്ചു. അമീഗോ വിചിത്ര മായ രീതിയിൽ മുരളാനും മൂളാനും തുടങ്ങി. ലാവെൻഡറും ലാംബയും പരസ്പരം നോക്കി.

"ഓ, അവന് വിശക്കുന്നുണ്ടാവും" ലാവെൻഡർ പറഞ്ഞു.

"അമീഗോ, നീ അമ്മയുടെയടുത്തേക്ക് പൊയ്ക്കോ, ചെല്ല്, അമീഗോ... ഭക്ഷണമെന്തെങ്കിലും കഴിച്ചിട്ട് വാ ഞങ്ങൾ ഇവിടെ തന്നെയുണ്ടാവും"

അമീഗോ അകലെ ഓടിമറഞ്ഞു. ലാവെൻഡറും ലാംബയും മണലി ലേക്കിറങ്ങി കൈകൾ കോർത്തുപിടിച്ചു കടലിനുനേരെ നടന്നു. തിരമാലകൾ അവരുടെ പാദങ്ങളെ തഴുകി. കുറച്ചുകൂടി മുന്നോട്ട്.... തിരകൾ അവരുടെ കാലുകളാകെ നനച്ചു ഇത് രസകരമാണല്ലോ! കുറച്ചുകൂടി മുന്നോട്ട്.... ഇനിയും മുന്നോട്ട്.... മുന്നോട്ട് തിരകൾ അവരെ അടി തെറ്റിച്ചു വീഴ്ത്തി.

ലാവെൻഡറിന്റെ കൈ ലാംബയുടേതിൽ നിന്നും വേർപ്പെട്ടു പോയി. തിരികെ തീരത്ത് കയറാൻ ലാവെൻഡർ കിണഞ്ഞ് ശ്രമിച്ചുകൊണ്ടിരുന്നു. പക്ഷേ തിരകൾക്കായിരുന്നു അവളെക്കാൾ കരുത്ത് അവ അവളെ കടലിനുള്ളിലേക്ക് വലിച്ചുകൊണ്ടുപോയി അവളെ ആഴങ്ങളിലേക്ക് മുക്കിത്താഴ്ത്തി.

ലാവെൻഡർ അത്ഭുതപ്പെട്ടുപോയി. ജലത്തിന്റെ മുകൾപരപ്പിനു താഴെയാണല്ലോ അവൾ. എത്രയെത്ര മീനകൾ... കൂട്ടത്തിൽ കോമാളി മത്സ്യങ്ങളുമുണ്ടെന്ന് തോന്നുന്നു. പല നിറത്തിലും വലി പ്പത്തിലും ആകൃതിയിലുമുള്ള മത്സ്യങ്ങൾ. വർണ്ണമത്സ്യങ്ങളുടെ ഒരു വർണ്ണലോകം അവിടം വിട്ട് താനൊരിക്കലും പോകുന്നില്ലെന്നവൾ ക്ക് മനസിലായി. അവൾ മുങ്ങിക്കൊണ്ടിരിക്കയാണ്, താഴേക്ക്.... താഴേക്ക്...

20
കടൽരാവ്

അകലുന്നു. വർണ്ണലോകം തന്നിൽ നിന്നകലുന്നു. അല്ല താൻ വർണ്ണലോകത്തിൽ നിന്നകലുന്നു. ലാവെൻഡർ മുകളിലേക്ക് നീങ്ങുവാൻ നിർബന്ധിതയാവുന്നു. ചെവിയിലും വായിലും മൂക്കിലും കടൽവെള്ളം വായിൽ നിറയെ ഉപ്പുരുചി.

ആരോ തന്റെ കൈമുട്ടിൽ പിടിച്ച് തന്നെ മുകളിലേക്ക് വലിക്കുകയാണെന്ന് ലാവെൻഡറിന് മനസിലായി. അവൾ തന്റെ തല വെള്ളത്തിന്റെ പിടുത്തത്തിൽ നിന്നും രക്ഷപ്പെട്ടുവെന്നും തന്റെ തല ജലപ്പരപ്പിനുമേഖലയാണിപ്പോൾ എന്നും തിരിച്ചറിഞ്ഞു. ലാംബ അവളെ ഒരു പാറപ്പുറത്തേക്ക് വലിച്ചുകയറ്റി.

കടൽ രാത്രി. നിലാവില്ല താരകളില്ല ഇരുട്ട് ശക്തമായ കാറ്റ് വീശിയടിക്കുന്നു. കടൽ ഒന്നാകെ ഇളകിമറിയുകയാണ്. കോപം അടക്കാൻ വയ്യാതായ ഒരു ഭ്രാന്തിയെപ്പോലെ കടൽ ഉറഞ്ഞ് തുള്ളുന്നു. കടലിന്റെ ഇളകിമറിയുന്ന ആ ഇരുണ്ട ജലപ്പരപ്പിൽ ഒരു കറുത്ത പാറ തല പൊക്കി നിന്നു. അതിന്മേൽ പരിഭ്രാന്തരായ രണ്ട് പെൺകുട്ടികൾ നനഞ്ഞുവിറച്ച് ചേർന്നിരിക്കുന്നു.

ലാവെൻഡറും ലാംബയും നിസ്സഹായരായിരുന്നു. വെള്ളത്തിലിറങ്ങാനാവില്ല. കടൽ അത്രമേൽ ക്രുദ്ധയായിരുന്നു. നല്ല വഴുക്കലുള്ള പാറപ്പുറത്ത് നിന്നും വീഴാതെ പിടിച്ചിരിക്കാൻ അവർ പാടുപ്പെട്ടു. ആ അവസ്ഥയിലും നിദ്ര വന്ന് ലാവെൻഡറിന്റെ കണ്ണു പൊത്തി.

ഉറക്കത്തിലേക്ക് ആഴ്ന്നു മുമ്പ് നിഹ ഒരുവട്ടം അവളുടെ മനസിൽ നിറഞ്ഞു.

ഉണർന്ന് ചുറ്റും നോക്കിയപ്പോൾ കടൽ മുൻപത്തേതിലും അധികം ദേഷ്യത്തിലായിരുന്നു. അവൾ കോപാകുലയായി ഉഗ്രമായി ഗർജിക്കുകയും കൊടും വിഷമുള്ള ഒരു മഹാസർപ്പത്തെപ്പോലെ ചീറ്റുകയും പുളയുകയും ചെയ്തു. ലാവെൻഡറിനു കൈയും കാലും വഴുതി. ഒരുൾക്കിടിലത്തോടെ അവൾ ഉഗ്രരൂപിണിയായ സമുദ്രത്തിന്റെ പിളർന്ന വായിലേക്ക് പതിച്ചു. പിന്നിൽ മുഴങ്ങിയ ലാംബയുടെ നിലവിളി കടലിന്റെയും കാറ്റിന്റെയും അലർച്ചകൾക്കിടയിൽ ദുർബലവും നിസ്സഹായവും ദയനീയവുമായി.

ലാവെൻഡർ ഒരുവട്ടം ഒന്ന് പൊന്തി വന്നു. ആ നിമിഷം തന്നെ ഭീമാകാരമായ ഒരു തിര തന്റെ നേരെ പതിക്കുന്നത് അവൾ ഭീതി മാത്രം നിറഞ്ഞ കണ്ണുകളാൽ കണ്ടു.

ലാവെൻഡർ അടിത്തട്ടിലേക്ക് മുങ്ങിത്താഴ്ന്നു. ആ വർണ്ണലോകവും പ്രക്ഷുബ്ധമായിരുന്നു. അവൾ ആ ലോകത്തെ ഒരു നോക്ക് കണ്ടു.

പിന്നെ ഒന്നുമില്ല. കാഴ്ചയില്ല. കേൾവിയില്ല. രുചിയില്ല. സ്പർശനമില്ല. മണമില്ല. നിറമില്ലാത്ത ഇരുൾ മാത്രം.

21
കടലും തീരവും

ലാവെൻഡർ കണ്ണുകൾ തുറന്നു. എല്ലാം ഒരു സ്വപ്നമായിരുന്നോ?

അല്ല എന്ന് പിന്നീടുണ്ടായ അച്ഛനമ്മമാരുടെ ആശ്വസിപ്പിക്കലുകൾ അവളെ ബോധ്യപ്പെടുത്തി. രാത്രിയായിട്ടും അവളെ കാണാഞ്ഞ് എല്ലാവരും കടൽതീരത്ത് അന്വേഷിച്ച് ചെന്നത്രേ ദൂരെ നിന്ന് നിലവിളികൾ കേട്ട പോലെ തോന്നിയപ്പോൾ കുറേ പേർ വഞ്ചിയുമായി ചെന്നു. അത്യധികം കഷ്ടപ്പെട്ടിട്ടാണത്രേ ബോധരഹിതയായിരുന്ന ലാവെൻഡറിനെ രക്ഷിച്ചുകൊണ്ടുവന്നത്. കഥ കേട്ടുകഴിഞ്ഞപ്പോൾ ലാവെൻഡർ നടുങ്ങി.

"എന്ത് അപ്പോൾ നിങ്ങൾ എന്നെ മാത്രമാണോ രക്ഷിച്ചത്?" ലാവെൻഡർ ചോദിച്ചു.

"അതെ വേറെയാരെ രക്ഷിക്കാനാ?"

"അപ്പോൾ ലാംബ!" ലാവെൻഡർ ഒരു നിലവിളിയോടെ കിടക്കയിൽ നിന്നും ചാടിയിറങ്ങി പുറത്തേക്ക് ഓടിപ്പോയി. നേരം പുലർന്നിരുന്നു.

പിന്നിൽ നിന്നും അമ്മയും അച്ഛനും അവളെ തിരിച്ചു വിളിച്ചു. ലാവെൻഡർ ഓടിക്കിതച്ച് കടൽത്തീരത്തെത്തി. അവിടെ അവളെ അത്ഭുതപ്പെടുത്തിക്കൊണ്ട് തികച്ചും ശാന്തയായി ലാംബ നിന്നിരുന്നു.

"ലാംബ?"

ലാംബ ലാവെൻഡറിനെ നോക്കി.

"ലാംബ, നീ? നീയെങ്ങനെ?" ലാവെൻഡറിന് ആശ്ചര്യം അടക്കാൻ കഴിയുന്നില്ല. ലാംബ അതിനിഗൂഢമായി മന്ദഹസിച്ചു.

"ലാവെൻഡർ, നീയിവിടെ നിൽക്കുകയാണോ?" അച്ഛന്റെ മണലിലൂടെ നടന്ന് വരുകയാണ്.

"അച്ഛാ, ദേ ഇതാണ് ലാംബ" ലാവെൻഡർ അച്ഛനെ നോക്കിക്കൊണ്ട് ലാംബ നിന്നയിടത്തേക്ക് വിരൽ ചൂണ്ടി.

"ലാംബയോ? ഏത് ലാംബ?" അച്ഛൻ നെറ്റി ചുളിച്ചു.

അന്നേരം ലാവെൻഡർ തല തിരിച്ച് നോക്കി ലാംബ അവിടെ ഇല്ലായിരുന്നു.

"ലാവെൻഡർ, നിനക്കെന്താ പറ്റിയത്?"

അച്ഛൻ അവളുടെ തലയിൽ തലോടി. ഒരു നിമിഷം കടലിനെയും അടുത്ത നിമിഷം തീരത്തെയും നോക്കി നിന്ന ശേഷം ലാവെൻഡർ ദ്രുതഗതിയിൽ തിരിഞ്ഞോടി.

22
ആ രഹസ്യം

കൈയിൽ നിഹയുടെ ചില്ലുബൗളുമായിട്ടാണ് ലാവെൻഡർ മടങ്ങി വന്നത്.

ആകെ ആശയക്കുഴപ്പത്തിലായി നിൽക്കുന്ന അച്ഛനെയും കടന്ന് ലാവെൻഡർ കടലിനുനേരെ നടന്നു. മുട്ടോളം വെള്ളവും അവൾ പിന്നിട്ടു. അച്ഛന് തടുക്കാനാകും മുമ്പ് ലാവെൻഡർ നിഹയുമായി ശാന്തയും സൗമ്യയുടെ നീലക്കടലിന്റെ അഗാധമായ ആഴത്തിലേക്ക് നടന്നിറങ്ങി.

ആ വർണലോകം അവൾ വീണ്ടും കണ്ടു. ഇത്തവണ കൂടുതൽ ഹൃദ്യമായി തെളിമയോടെ ....

നിഹ ചില്ലുബൗളിന്റെ അതിരുകൾ വിട്ട് കടലിന്റെ അനന്തതയി ലേക്ക് പ്രവേശിച്ചു. ഇപ്പോൾ ലാവെൻഡറും നിഹയും ആ വർണലോ കത്തിന്റെ ഭാഗമായ പോലെ മറ്റൊരാൾ കൂടി അവിടെയുണ്ടായിരുന്നു. വർണ്ണമത്സ്യക്കൂട്ടങ്ങൾക്കിടയിൽ ലാംബ.

ലാവെൻഡർ കടലിന്റേതു മാത്രമായ വികാരത്തോടെ മുന്നോട്ടാഞ്ഞ് ലാംബയെ കെട്ടിപ്പിടിച്ചു. ആ രണ്ടു ചങ്ങാതിമാരെ കടൽ മാറോടണച്ചു. കടലിന്റെ രഹസ്യം എന്താണെന്ന് അവർക്കറിയാമായിരുന്നു.